ஆபிரகாம் லிங்கன்

ஜெகாதா

Title:
Abraham Lincoln
Jakatha

ISBN: 978-93-92474-83-5
Title Code : Sathyaa - 071

நூல் தலைப்பு
ஆபிரகாம் லிங்கன்

நூல் ஆசிரியர்
ஜெகாதா

முதற்பதிப்பு
ஜூன் 2024

விலை : ₹ 60

பக்கம் : 60

Printed in India

Published by

Sathyaa Enterprises
No.137, First Floor,
Choolaimedu,
Chennai - 600 094.
044 - 4507 4203

Email
sathyaabooks@gmail.com

'கறுப்பின மக்களின் விடிவெள்ளி' என்று போற்றப்பட்ட ஆபிரகாம் லிங்கன் 'பிறப்பால் எல்லா மனிதர்களும் சமம்' என்ற கொள்கையில் தீவிரப்பற்றுக் கொண்டவர்.

குழந்தைப்பருவத்திலேயே தாயை இழந்த ஆபிரகாம் லிங்கனுக்கு உற்ற நண்பனாக விளங்கியது நூல்கள் தான். எங்கெல்லாம் பயனுள்ள நன்நூல்கள் கிடைக்கின்றதோ அங்கெல்லாம் உடனே பயணித்து விடுவார்.

ஏழை குடும்பத்தில் பிறந்த அவர் வறுமையின் கோரப்பிடியில் சிக்கித் தவித்த காலம் என்பதால் விலைக்கு வாங்கிய நூல்களைப் படித்ததை விட இரவலாக வாங்கிப் படித்ததே அதிகம். அதற்காக சுமார் 40லிருந்து 50 கிமீ வரை கால்நடையாக சென்று வருவது வழக்கம். அந்த அளவுக்கு அறிவுப் பசியானது அவரை விடாமல் துரத்திக் கொண்டே இருந்தது. அவரது ஆயுள் உள்ளவரை அது அடங்கவில்லை என்பதே முற்றிலும் உண்மை.

ஐக்கிய அமெரிக்காவின் கென்டகி மாநிலத்தைச் சார்ந்த ஹாட் ஜன்வில் பகுதியில் 1809ஆம் ஆண்டு ஒரு சிறிய மரவீட்டில் பிறந்த

ஆபிரகாம் லிங்கன் கண்முன்னாலேயே அவரது தாத்தா செவ்விந்தியர்களால் படுகொலை செய்யப்பட்டார். அதன் நினைவாகவே அவரது தந்தை தாமஸ் லிங்கன் மகனுக்கு ஆபிரகாம் லிங்கம் என்று பெயர் வைத்தாராம்.

வயதுக்கு மீறிய உயரமும் வலிமையும் கொண்டிருந்த ஆபிரகாம் ஏழு வயதிலேயே துப்பாக்கி சுடுவதில் நன்கு தேர்ச்சி பெற்றிருந்தார். கோடாரியைப் பிடித்து மரம் வெட்டுவதிலும் கை தேர்ந்தவரானர்.

பதினாறு வயது இருக்கும் போது நீதிமன்றத்தில் நடக்கும் வழக்கை நேரடியாக பார்க்கும் வாய்ப்பு அவருக்கு கிட்டியது. அதன்பின் தான் வழக்கறிஞராக வேண்டும் என்கிற எண்ணம் அவரது ஆழ்மனதில் ஊடுருவியது.

இருபத்தோரு வயது வரை தனது தந்தையுடன் வசித்து வந்த அவர், அதன் பிறகு வீட்டை விட்டு வெளியேறி தனியாக வசிக்கத் தொடங்கினார்.

அதிக வருமானத்தை ஈட்டும் எண்ணத்தில் வேலை தேடத் தொடங்கினார். அது தொடர்பாக 'நியு ஆன்லியன்ஸ்' என்ற நகருக்குச் செல்ல நேரிட்டது.

ஆனால் அங்கு அவர் எதிர்பார்க்காத வகையில் கொடுமையான காட்சிகளைக் காண நேரிட்டது. குறிப்பாக அந்நகரில் உள்ள அடிமைச் சந்தையில் அடிமைகள் விற்கப்படுவதை காண நேரிட்டது.

அதனைக் கண்டு மனம் குமுறினார் ஆபிரகாம் லிங்கன். அக்காட்சிகள் அவரது உடலின் சூட்டை அதிகப்படுத்தின. நரம்புகளெல்லாம் முறுக்கேறத் தொடங்கின. குருதிகளின் ஓட்டம் அதிவேகமெடுத்தன. ஒரு கணம் அவர் தன்னிலை மறந்தார்.

ஏனெனில் அதுவரை அடிமை வியாபாரத்தை அவர் நேரில் கண்டதில்லை நாம் காய்கறிகள் பழங்கள் வாங்கும் போது எப்படி ஆய்வு செய்து வாங்குவோமோ அது போல கறுப்பின மக்களைத் தடவிப் பார்த்து, தட்டிப்பார்த்து விலைக்கு வாங்கும் நிலை அங்கு நிலவியது.

ஒரு கறுப்பின பெண்ணை வாங்க வந்த வெள்ளையன் அவளின்

அங்கங்களில் ஆங்காங்கே கை வைத்தும், தடவிப் பார்த்தும், அமுக்கிப் பார்த்தும் விலைக்கு வாங்கினான்.

அவ்வடிமை சந்தையில் கறுப்பின மக்கள் படும் சொல்லொணா துயரங்களைக் கண்டு துடிதுடித்துப் போனார். பேரதிர்ச்சிக் குள்ளானார். அவ்வதிர்ச்சியில் ஆபிரகாம் லிங்கனின் இதயத் துடிப்பானது ஒரு கணம் இயங்க மறுதலித்து மீண்டும் இயங்கத் தொடங்கின.

'இந்த அடிமை முறையை மட்டும் ஒழிக்க எனக்கு வாய்ப்பு கிடைத் தால் நிச்சயம் ஒழிப்பேன்' என்று அவ்விடத்திலேயே உறுதிமொழி எடுத்துக் கொண்டார்.

1834ஆம் ஆண்டு மாநிலச் சட்டமன்ற தேர்தலில் வெற்றி பெற்று சட்டமன்ற உறுப்பினரானார் லிங்கன். 1836, 1838, 1840ஆம் ஆண்டு எனத் தொடர்ச்சியாக நடைபெற்ற மூன்று சட்டமன்றத் தேர்தல் களில் வெற்றி பெற்று உறுப்பினராக லிங்கன் தேர்வு செய்யப் பட்டார்.

தனது 27 வயதில் வழக்கறிஞரானார் லிங்கன். தொழிலை அவர் பணம் ஈட்டுவதற்காக செய்யவில்லை மன திருப்திக்காக மட்டுமே செய்தார்.

மிகவும் குறைந்த அளவுதான் கட்டணமாக வாங்கினார். ஏழை களுக்கு இலவசமாக வாதாடினார்.

1858ஆம் ஆண்டு குடியரசுக் கட்சியின் சார்பில் மாநில செனட்டர் தேர்தலில் போட்டியிட்டார். ஆனால் அத்தேர்தலில் தோல்வியைத் தழுவினார். ஆயினும் ஆச்சர்யம் அளிக்கும் வயையில் ஆபிரகாம் லிங்கன் 1859ஆம் ஆண்டு குடியரசுக் கட்சியன் அதிபர் வேட்பாள ராக (ஜனாதிபதி) தேர்ந்தெடுக்கப்பட்டார்.

'அடிமை முறையை ஒழிப்பதையே தன் வாழ்நாளின் முக்கிய குறிக்கோளாகக் கொண்டவர் லிங்கன், ஆதலால் அவர் கட்சிக்கு வந்தார் தங்களின் அடிமை வியாபாரம் பாதிக்கப்படும் என அஞ்சினர் அமெரிக்காவின் தென் மாநிலத்தவர்கள்.

அந்த முறை ஜனாதிபதி தேர்தலில் நடந்த நான்கு முனைப் போட்டியில் லிங்கன் வெற்றிவாகை சூடினார்.

நாளுக்கு நாள் கொஞ்சம் கொஞ்சமாக தெற்கு மாநிலங்கள் ஒவ்வொன்றும் பிரிந்து போய்க் கொண்டிருந்தது. ஏழு மாநிலங்கள் சேர்ந்து கான்பெடரேசி என்ற தென்கைக் கூட்டு அரசாங்கத்தை நிறுவியது.

இதனால் இரண்டு அரசாங்கங்களாக பிளவுற்றது அமெரிக்கா. இந் நிலையில் 1861ம் ஆண்டு மார்ச் 4ம் தேதி அன்று லிங்கன் அமெரிக்காவின் 16வது ஜனாதிபதியாக பதவியேற்றார்.

அடுத்த கணமே அவருக்கெதிராக எதிர்ப்பலைகள் அதிகரிக்கத் தொடங்கின.

அதன் விளைவாக உள்நாட்டுப் போரும் மூண்டது. அதன் விளை வாக தெற்கு கரோலினா அமெரிக்காவிலிருந்து பிரிந்து போனது. ஆனால் துறைமுகக் கோட்டையான சம்டர் மட்டும் அமெரிக்கா வசம் இருந்தது.

அங்கே தென்பகுதி படையினால் அமெரிக்க யூனியன் ராணுவம் விரட்டிப்பிடிக்கப்பட்டது. படைபலத்தைக் கூட்ட கட்டாய ராணுவ சேவை அமலுக்கு வந்தது. அதன் மூலம் சுமார் ஒன்றரை லட்சம் வீரர்கள் ராணுவத்தில் உடனடியாக சேர்க்கப்பட்டனர். லிங்கனின் பதவிக்காலத்தில் பெரும்பாலும் உள்நாட்டுப் போரி லேயே முடிந்து போனது.

உள்நாட்டுப் போரின் தொடக்கத்தில் அமெரிக்க யூனியன் தோல்வியைத் தழுவ நேரிட்டது. அதன்பின் கொஞ்சம் கொஞ்சமாக வெற்றியை நோக்கிப் பயணித்தது.

பிரிந்து போன மாநிலங்கள் மூன்று மாத காலத்தில் யூனியனுடன் ஐக்கியமாகாவிட்டால் அனைத்து அடிமைகளும் விடுதலை செய்யப் பட்டதாக அறிவிக்கப்படுவார்கள் என்று லிங்கன் ஒரு அறிக்கையை அதிகாரப்பூர்வமாக வெளியிட்டார்.

1863ம் ஆண்டு சனவரி 1ம் தேதி அடிமைகளின் விடுதலைப் பிரகடனம் அமலுக்கு வந்தது. அதன் மூலம் நாட்டில் உள்ள

அனைத்து அடிமைகளும் விடுதலை பெற்றவர்களாக அறிவிக்கப் பட்டார்கள்.

பிறப்பில் எல்லா மனிதர்களும் சமம். கறுப்பினத்தவர்களுக்கு எல்லா உரிமைகளும் உண்டு என்று முழக்கமிட்டு வந்த லிங்கன் ஒரு வழியாகத் தான் நினைத்த லட்சியத்தை வெற்றிகரமாக செய்து முடித்தார்.

நிறவெறிக் கொள்கைக்கு முற்றுப்புள்ளி வைத்தார். அதன் மூலம் கறுப்பின் மக்களின் விடுதலைக்கு வித்திட்ட மாமனிதரானார் ஆபிரகாம் லிங்கன்.

இந்நிலையில் 1863ஆம் ஆண்டின் இறுதியில் அமெரிக்க யூனியனுக்குப் போர் முனையில் வெற்றி கிட்ட ஆரம்பித்தது.

1864ஆம் ஆண்டு அதிபர் தேர்தலில் போட்டியிட்டு மீண்டும் லிங்கன் அமெரிக்காவின் அதிபரானார்.

1865ஆம் ஆண்டு ஏப்ரல் 9ஆம் தேதி தென்னகப் படையின் தளபதி ராபர்ட் லீ சுற்றி வளைக்கப்பட்டார். அத்துடன் உள்நாட்டுப் போர் முடிவுக்கு வந்தது.

உள்நாட்டுப் போர் முடிந்த கையோடு ஐந்தே நாட்களில் ஏப்ரல் 15ஆம் நாள் கறுப்பின மக்களுக்கு விடுதலை வாங்கிக் கொடுத்ததை பொறுக்காமல் தென் அமெரிக்க ஆதரவாளர் ஜான் லில்கிஸ் பூத் என்பவர் ஆபிரகாம் லிங்கனை துப்பாக்கியால் சுட்டுக் கொன்றார்.

அத்துயரச் சம்பவம் அங்குள்ளவர்களை மிகுந்த சோகத்துக்கு உள்ளாக்கியது. அவரது இறப்பைத் தாங்கிக் கொள்ள முடியாத நிலையில் பலரும் துடிதுடித்துப் போனார்கள். கண்ணீர் விட்டுக் கதறினார்கள்.

பிறப்பால் எல்லா மனிதர்களும் சமம் என்பதை தன் இறப்புக்கு முன்னால் நிருபித்துக் காட்டினார் அந்த மாமனிதர் ஆபிரகாம் லிங்கன்.

❖

ஆபிரகாம் லிங்கனின் இளமைக்காலம்

உலகம் இதுவரை கண்டிருக்கும் 44 அமெரிக்க அதிபர்களும் வெவ்வேறு விதங்களில் தங்கள் முத்திரையைப் பதித்திருந்தாலும் அவர்களில் ஒரு சிலர்தான் உலகுக்கு தேவைப்பட்ட முக்கிய மாற்றங்களைக் கொண்டு வந்தனர். மனித குலத்துக்கு மகிமையைத் தேடித் தந்தனர். அவர்களுள் தலையாயவர் ஆபிரகாம் லிங்கன்.

இன்று அமெரிக்கா ஒரு சுதந்திர தேசம் என்றால் அதற்கு அடித்தள மிட்டவர் ஆபிரகாம் லிங்கன்.

1809ஆம் ஆண்டு பிப்ரவரி 12ஆம் தேதி கெண்டக்கியில் ஓர் ஏழைக் குடும்பத்தில் பிறந்தார் ஆபிரகாம் லிங்கன்.

அவரது தந்தை தாமஸ் ஒரு செருப்பு தைக்கும் தொழிலாளி. அவருடைய தாய் நான்சி இறந்து விட, சாரா என்கிற விதவையை மணந்து கொண்டார் தந்தை தாமஸ்.

தாமஸ் லிங்கன் இரண்டாம் தாரமாக மணந்த மாற்றாந்தாய் லிங்கனைப் பரிவோடும், கனிவோடும் வளர்த்தார். குடும்ப ஏழ்மை காரணமாக லிங்கனால் சரியாகப் படிக்க முடியவில்லை.

1809ஆம் ஆண்டு அமெரிக்காவின் சின்னஞ்சிறு கிராமத்தில் பிறந்த லிங்கனை 'தோல்விகளின் செல்லக்குழந்தை' என்றே கூறலாம்.

அந்த அளவுக்கு தொடர் தோல்விகள் அவரைத் துரத்திக் கொண்டே இருந்தன.

பிறந்த சில வருடங்களிலேயே தாயை இழந்தார். ஒரு கடையில் எடுபிடி வேலை பார்த்துக் கொண்டே இரவு நேரங்களில் மட்டும் பள்ளிப் பாடத்தை ஆர்வத்துடன் படித்தார்.

தாமஸ், சாரா இருவருமே ஆபிரகாம் லிங்கனை படிக்கச் சொல்லி உற்சாக மூட்டினர்.

அந்தக் காட்டுப் பகுதியில் புத்தகங்கள் கிடைப்பதே அரிதாக இருந்தது. பல மைல்கள் நடந்து சென்று புத்தகங்களை இரவல் வாங்கி படித்தார் ஆபிரகாம். ராபின்சன் குரூஸோ, பில்கிரிம்ஸ் ப்ராக்ராஸ் ஈசாப் கதைகளை விரும்பிப் படித்தார்.

1830ல் இல்லினாய்ஸுக்கு குடியேறியபோது சிறுவன் ஆபிரகாம் இளைஞனாக வளர்ந்திருந்தார். ஆறடி உயரமும் ஆஜானுபாகுவான உடலமைப்பும் கொண்ட லிங்கனுக்கு வேலை எளிதில் கிடைத்தது.

தபால்காரர், நில மதிப்பீட்டாளர், கடை உரிமையாளர் எனப் பலவித வேலைகளை அங்கே செய்தார். அவருடைய சமூக ஈடுபாடும், அக்கறையும் அந்தப் பகுதி மக்களிடையே லிங்கனுக்கு நல்ல பெயரைப் பெற்றுத் தந்தது.

அதன் பிறகு அவர் தாமாகவே படித்து வழக்கறிஞரானார். 1834ஆம் ஆண்டு தமது 25வது வயதில் இல்லினாய்ஸ் மாநில சட்ட மன்றத்துக்கு போட்டியிட்டுப் வெற்றி பெற்றார்.

1833ல் அன்ரூத்லஜ் என்ற பெண்ணைக் காதலித்து மணந்து கொண் டார். ஆனால் இரண்டே ஆண்டுகளில் மனைவிக்கு விஷக்காய்ச்சல் ஏற்பட்டு மரணமடைந்தார்.

தனது 33 வது வயதில் மேரிடோட் என்ற பெண்ணை மறுமணம் செய்து கொண்டார். பின்னர் இவருக்கு நான்கு குழந்தைகள் பிறந்தன. மூன்று குழந்தைகள் சிறு வயதிலேயே மரணமடைந்

தார்கள். லிங்கன் இத்தனை தோல்விகளையும் எதிர்கொண்டார்.

கம்பீரமும் கண்ணியமும் நிறைந்த லிங்கனின் இன்னொரு முகம் குறும்புத்தனங்கள் நிறைந்தது.

'ஹானஸ்ட் ஆப்' என்று பிரியமாக அழைக்கப்படும் லிங்கன் தான் அமெரிக்காவின் உயர்ந்த அதிபர். உயரம் ஆறு அடி 4 அங்குலம்.

அவர் மிகச்சிறந்த கதை சொல்லி. அவர் கதை சொல்லும் பாங்குதான் ஆரம்பக் காலத்தில் மக்கள் மத்தியில் அவருக்கு வரவேற்பை பெற்றுத் தந்தது.

லிங்கன் சிறந்த நகைச்சுவை மன்னனும் கூட, தாடி வைத்த முதல் அமெரிக்க அதிபரும் லிங்கன் தான்.

முக்கியமான கடிதங்கள், ஆவணங்களைத் தன்னுடைய நீண்ட தொப்பிக்குள் வைத்துக் கொள்ளும் பழக்கமும் இவருக்கு இருந்த தாகக் கூறுவார்கள்.

ஆபிரகாம் லிங்கனின் மத மற்றும் தத்துவக் கொள்கைகள் பற்றி பல கல்வியாளர்கள் விரிவாக ஆராய்ந்தும் எழுதியும் வந்துள்ளனர்.

உதாரணமாக லிங்கனது மதசார் கருத்துக்கள் அவரது சொந்த மத நம்பிக்கைகளை பிரதிபலிப்பாக இருந்ததா? என்ற கேள்வி அடங்கி யிருந்தது.

மனைவியுடன் அடிக்கடி தேவாலயம் செல்லும் வழக்கம் கொண்ட வராக லிங்கன் இருந்த போதிலும் அவர் ஒரு போதும் எந்த ஒரு தேவாலயத்திலும் உறுப்பினராக இணையவில்லை. இருப்பினும் லிங்கன் விவிலியத்தில் மிகவும் பரிச்சயமான ஒருவராக இருந் துள்ளார்.

அத்துடன் பல தடவைகள் அவர் விவிலியத்தை புகழ்ந்தும் மேற் கோள் காட்டியும் பேசியுள்ளார்.

❖

விடுதலைப் பிரகடனம்

ஆபிரகாம் லிங்கன் அமெரிக்காவின் குடியரசுத் தலைவராகப் பதவியேற்ற இரண்டே ஆண்டுகளில் 1862ல் அடுத்த ஆண்டு ஜனவரி முதல் தேதியிலிருந்து அனைத்து அடிமைகளும் விடுவிக்கப்படுவர். அதன்பின் அமெரிக்காவில் அடிமைத்தனம் இருக்கக் கூடாது என்று பிரகடனம் செய்தார்.

இக்காலத்தில் அமெரிக்காவின் தென் மாநிலங்களில் செல்வந்தர் நிலங்களில் அடிமைகளாக பணிபுரிந்து வந்த பல்லாயிரம் கறுப்பர்கள் சம நிலையை அடையாது இன்னலுற்று வந்தனர்.

லிங்கனின் பதவி ஏற்புக்கு சில மாதங்களுக்கு முன்பு ஐக்கிய அமெரிக்காவிலிருந்து தென் பகுதியில் அடிமைக் கொள்கையை ஆதரிக்கும் 7 மாநிலங்கள் ஒன்று சேர்ந்து விலகிச் சென்றனர். அதன் பிறகு மற்றும் நான்கு மாநிலங்கள் அவற்றுடன் சேர்ந்து கொண்டன.

1863 ஜனவரி 1ல் ஆபிரகாம் லிங்கன் அமெரிக்க கூட்டு மாநிலங்களில் அடிமைகளை நிரந்தரமாய் விடுவிக்கப் புரட்சிகரமான 'விடுதலைப் பிரகடனம்' வெளியிட்டார்.

அதை எதிர்த்து நிராகரித்த 11 தென்பகுதி மாநிலங்களுக்கும் வரவேற்ற மற்ற வடபகுதி மாநிலங்களுக்கும் அமெரிக்க உள்நாட்டு போர் தொடங்கியது.

அடிமைகள் ஒழிப்பு பிரச்சனையில் பிளவுபட்ட ஐக்கிய மாநிலங்களை போரிட்டு மீண்டும் ஒன்று சேர்ப்பது ஆபிரகாம் லிங்கனின் பெரும் பிரச்சனை ஆகி நீண்ட போராட்டம் ஆகியது.

அமெரிக்காவின் தெற்கு மாநிலங்கள் விவசாயத்தை நம்பி இருந்த தால் பொருளியில் வளர்ச்சிக்கு அடிமைகள் தேவை என்று கூறின. மேற்க மாநிலங்களோ தொழிலியல் பகுதிகளாக இருந்ததனால் தங்களுக்கு அடிமைகள் தேவை இல்லை என்று கருதினர்.

இவை இரண்டுக்கும் காரணமாக இருந்த கருத்து வேறுபாடு உள் நாட்டு கலவரமாக வெடித்தது. அடிமைத் தனத்தை எதிர்த்து ஆரம்ப காலத்திலிருந்து முழங்கி வந்த லிங்கன் குடியரசுத் தலைவர் ஆனதும் உள்நாட்டுக் கலவரங்கள் வெடித்தன.

அமெரிக்காவின் தெற்கில் உள்ள சில மாநிலங்கள் தனியே பிரிந்து செல்ல வேண்டும் என விரும்பின. அடிமைத்தனத்தை கைவிடுவதை விட பிரிந்து செல்ல வேண்டும் என்று பிற்போக்கு வாதிகள் முடிவெடுத்தனர்.

அதற்குண்டான காரண காரியங்களை விளக்கி கலவரங்களையும் தூண்டி விட்டனர். அடிமைத்தனத்தை அறுத்தெறியவும் அமெரிக்காவை ஒன்றுபடுத்தவும் போர் அவசியம் என்று துணிந்தார் - உள்நாட்டுப் போர் மூண்டது.

இந்த அடிமை வாழ்வை ஒழித்திட ஜனாதிபதி லிங்கன் தென் மாநிலத்து அமெரிக்கரோடு தவிர்க்க முடியாத உள்நாட்டுப் போரில் இறங்கி சுமார் நான்கு ஆண்டுகள் போராட வேண்டியதாயிற்று.

நான்கு ஆண்டுகள் நீடித்த உள்நாட்டுப் போரில் தென் மாநிலங்கள் தோற்கடிக்கப்பட்டன. லிங்கனின் உயரிய சிந்தனைக்கு வெற்றி கிடைத்தது.

வடபுறத்து மாநிலங்களும் தென்புறத்து மாநிலங்களும் புரிந்த அந்த உள்நாட்டுப் போரில் ஆபிரகாம் லிங்கனின் வடபுறத்து மக்கள் வெற்றி பெற்றனர். ஜனவரி 1865ல் அமெரிக்காவில் அடிமைத் தனத்தை ஒட்டு மொத்தமாக ஒழிக்க வேண்டும் என்ற தீர்மானம் அமெரிக்க மக்களவையில் மூன்றில் இரண்டு பங்கு பெரும்பான்மை யுடன் நிறைவேற்றப்பட்டது.

1863ல் ஆபிரகாம் லிங்கன் ஆற்றிய கெட்டிஸ் பெர்க் பேருரையில் 'விடுதலை உணர்ச்சி மிக்க ஐக்கிய அமெரிக்காவை பாதுகாப்பதற்கே இந்த உள்நாட்டுப் போர் நடத்தப்படுகிறது. எல்லா மாந்தரும் சமத்துவ நிலையில் படைக்கப்பட்டவர் எனும் உன்னத வாசகம் மேற்கொள்ளப்படுகிறது'

மக்களுக்காக அரசாங்கம், மக்களுடைய அரசாங்கம், மக்களால் ஆளப்படும் அரசாங்கம் எனும் வாக்கு மொழிகள் அழிந்து போகாது எனக் குறிப்பிட்டார்.

'மக்களால் மக்களுக்காக நடத்தப்படுவதே மக்களாட்சி' என்பது ஆபிரகாம் லிங்கனின் மிகப் புகழ்பெற்ற மக்களாட்சி குறித்த விளக்கம் ஆகும்.

லிங்கனின் சீர்திருத்தக் கருத்துக்களும் மக்களாட்சித் தத்துவமும் அடிமைத்தன ஒழிப்பும் அடித்தட்டு மக்களிடம் எழுச்சியை உண்டாக்கியது.

1864ம் ஆண்டு நிகழ்ந்த தேர்தலில் 4 லட்சம் வாக்குகள் மிகையாகப் பெற்று இரண்டாம் தடவையாக ஜனாதிபதியாக லிங்கன் தேர்ந் தெடுக்கப்பட்டார். அடுத்த ஒரு மாதத்தில் போர் நின்றது.

16 வது அமெரிக்க குடியரசுத் தலைவர்

அடிமை முறைக்கு எதிர்ப்பு தெரிவித்து அதனை ஒழிக்க முனைந்த உலகத் தலைவர்களில் ஒருவர் ஆபிரகாம் லிங்கன்.

ஐக்கிய அமெரிக்காவின் 16வது குடியரசுத் தலைவர் இவர். 1860ல் மேற்கு மாநிலங்களில் தலைவராக இருந்த இவர் குடியரசுக் கட்சி யின் வேட்பாளராகத தேர்ந்தெடுக்கப்பட்டு அமெரிக்காவின் குடியரசுத் தலைவராக வெற்றி பெற்றார்.

ஐக்கிய அமெரிக்காவைப் பிளவுபடாமல் காக்க தென் மாநிலப் பிரிவினைக் கருத்தாளர்களை எதிர்கொண்டு உள்நாட்டுப் போர் நடத்தி வெற்றி பெற்றவர் ஆபிரகாம் லிங்கன்.

இவர் 1863ல் அடிமைகள் விடுதலை பெற புகழ்பெற்ற விடுதலை எழுச்சி அறிவிப்பு ஒன்றை வெளியிட்டார். அதனைத் தொடர்ந்து

1865ல் ஐக்கிய அமெரிக்காவின் 13வது அரசியல் சட்டத்திருத்தத்தின் வழி அடிமை முறையை ஒழித்தார்.

இவருடைய தலைவருக்கான பண்புகளை அறிய இவர் நடத்திய உள்நாட்டுப் போர் மற்றும் அடிமை முறையை எதிர்த்து இவர் நாட்டு மக்களுக்கு விழிப்பு ஏற்படுத்தும் வகையில் எழுப்பிய குரலும் முக்கியமானவை.

கெட்டிங் பர்க் சொற்பொழிவு எனப் புகழ்பெற்ற இவர் ஆற்றிய உரை இதற்கு நல்ல எடுத்துக்காட்டு. உள்நாட்டுப்போர் முடியும் தருவாயில் தென் மாநிலங்களுடன் கடுமையாக இல்லாமல் இணக்கமான முறையில் அமெரிக்க ஒன்றியத்தை நிறுவ முயன்றார். இவர் அடிமை முறையை ஒழிப்பதில் ஒரு சிறிதும் தளர்வில்லாமல் உறுதியாக இருந்ததை ஒரு சிலர் கடுமையாக சாடினார்கள்.

●

ஆபிரகாம் லிங்கனுக்கு மனச்சோர்வு, பெரியம்மை மற்றும் மலேரியா இருந்ததாகக் கூறப்படுகிறது.

அவர் மலச்சிக்கலுக்கு சிகிச்சையளிப்பதற்காக பாதரசம் அடங்கிய நீலநிற மாத்திரைகளை எடுத்துக்கொண்டு வந்தார். இது எந்த அளவிற்கு பாதரசம் நச்சுத்தன்மையை ஏற்படுத்தியிருக்கலாம் என்பது தெரியவில்லை.

அவர் படுகொலை செய்யப்படுவதற்கு முன்பு உடல்நிலை மோசடைந்ததாக பல கூற்றுக்கள் கூறப்படுகின்றன.

இவை பெரும்பாலும் லிங்கன் எடை இழப்பு மற்றும் தசை விரயம் ஆகியவற்றைக் காட்டும் புகைப்படங்களை அடிப்படையாகக் கொண்டவை. அவருக்கு மார்ஃபான் நோய்க்குறி அல்லது அரிய வகையான மரபணு நோய் இருந்திருக்கலாம் என்றும் சந்தேகிக்கப் பட்டது.

❖

உங்கள் அப்பா தைத்த செருப்பு

அரசியலில் ஈடுபடுவதன் மூலமே அடிமைத்தனத்தை ஒழிக்க முடியும் என்ற முடிவுக்கு லிங்கன் வந்திருந்தார்.

1834ஆம் ஆண்டு தனது 25வது வயதில் முதன் முதலாக இலினோய் மாநில சட்டமன்றப் பதவிக்கு போட்டியிட்டு வெற்றி பெற்றார். பொது மக்களிடம் அவர் செய்த பிரச்சாரம் மிகப்பெரிய வரவேற்பைப் பெற்றது. முடிவில் லிங்கன் வெற்றி பெற்றார். அடுத்து அமெரிக்க செனட்டுக்கு தேர்தல் நடந்தது.

இந்த தேர்தலில் மிகப் பிரபலமான நீதிபதி ஒருவர் போட்டியிட்டார். அந்த நீதிபதியை லிங்கன் எதிர்த்து நின்றார். இந்தத் தேர்தலின் வெற்றியை அமெரிக்க மக்கள் ஆவலுடன் எதிர்பார்த்தனர்.

அமெரிக்க தேசத்தின் வரலாறு, அமெரிக்க அரசியல், அன்றைய அமெரிக்க நிலைமை பல்லாயிரம் நீக்ரோக்களை அடிமையாக

நடத்தும் வழக்கம், வெள்ளையர் - கறுப்பர் என்ற பாகுபாடு, தேசத்தை சீரழிக்கும் சூழ்நிலை ஆகியவற்றை எல்லாம் தமது தேர்தல் பிரச்சாரக் கூட்டங்களில் லிங்கன் குறிப்பிட்டார்.

லிங்கனின் இந்த அணுகுமுறை அமெரிக்க மக்களிடத்தில் எழுச்சியை உண்டாக்கியது. தேர்தல் முடிவு லிங்கனுக்கு சாதகமாக அமைந்தது. முதன் முதலாக லிங்கன் அமெரிக்க செனட்டுக்கு தேர்ந்தெடுக்கப்பட்டார்.

அதன் பிறகு அரசியலை விட்டு விலகி 5 ஆண்டுகள் தனியார் துறையில் வழக்குரைஞராகப் பணியாற்றினார். 1854ல் லிங்கன் மீண்டும் அரசியலில் நுழைந்தார்.

குடிப்பழக்கம், புகைக்கும் பழக்கம் எதுவும் இல்லாத லிங்கன் அரசியலில் கடுமையாக உழைத்தார்.

1860ம் ஆண்டு அமெரிக்காவின் 16வது ஜனாதிபதியாக தேர்ந் தெடுக்கப்பட்டார்.

ஜனாதிபதி ஆனதும் ஒரு உறுப்பினர் எழுந்து 'லிங்கன்' அவர்களே! உங்கள் அப்பா தைத்த செருப்பு இன்னமும் என் கால்களை அலங்கரிக்கிறது என நக்கலாக சொன்னார்.

அதற்கு, 'அது என் அப்பாவின் உழைப்பின் சிறப்பை அல்லவா காட்டுகிறது. பிய்ந்தால் கொடுங்கள். தைத்து தருகிறேன். அதே சமயம் எனக்கு நாடாளவும் தெரியும்' என்றார் ஆபிரகாம் அமைதி யாக.

நாடக அரங்கில் நடந்த படுகொலை

வாஷிங்டன் நகரின் பிரபலமன ஃபோர்ட் தியேட்டரில் 1865ஆம் ஆண்டு ஏப்ரல் 14ஆம் தேதி உலகையே உலுக்கிய ஒரு நிகழ்வு நடந்தது.

நாடக நடிகரும், நிறவெறியரும், ஐக்கிய அமெரிக்க இராச்சியத்தின் பிரிவினை வாதிகளின் அபிமானியுமான ஜான்வில்ஸ் போத் என்பவ ரால், அமெரிக்க மக்களின் மனதிலும் வரலாற்றிலும் நிரந்தரமாகக் குடியேறிய அடிமைத்தனத்தினை ஒழித்தவருமான அமெரிக்க ஜனாதிபதியான ஆபிரகாம் லிங்கன் சுட்டுக்கொல்லப்பட்டார்.

அன்றைக்கு ஐந்து நாட்களுக்கு முன்னால் தான் ஐக்கிய அமெரிக்க நாடுகளின் பிரிவினைக்காக போராடிய தளபதிகளில் ஒருவரான ஜெனரல் ரோபர்பட் ஈலீ, அமெரிக்காவின் உள்நாட்டு யுத்தத்தின் இறுதிக்கட்ட அடையாளமாக தனது பரிவாரங்களுடன் வெர்ஜினியாவின் அப்போமாட்டொக்ஸ் கோர்ட் இல்லத்தில் சரணடைந்திருந்தார்.

1860ஆம் ஆண்டு அமெரிக்காவில் நடந்த தேர்தலில் ஆபிரகாம் லிங்கன் சார்ந்த அரசியல் கட்சியான குடியரசுக் கட்சி வெற்றி பெற்று ஐக்கிய அமெரிக்க நாடுகளின் அதிபராக ஆபிரகாம் லிங்கன் தெரிவு செய்யப்பட்டார்.

அந்தக் காலங்களில் ஐக்கிய அமெரிக்காவின் தென் மாநிலங்களில் அடிமை முறையை ஆதரித்த சக்திகள் அடிமை முறையை எதிர்த்து வந்த குடியரசுக் கட்சி மிகப்பெரும்பான்மை பலத்துடன் வெற்றி பெற்றதை விரும்பவில்லை. அடிமைகளை வைத்திருப்போரின் உரிமைகளுக்கு ஏற்பட்ட அச்சுறுத்தலாகவே அதைக் கருதினார்கள்.

அடிமைத்தனத்தை ஆரம்பத்திலிருந்தே எதிர்த்து வந்த ஆபிரகாம் லிங்கன் ஐக்கிய அமெரிக்காவின் அதிபரானதும் தனது கூற்றுப்படி அடிமைத்தனத்தை ஒழிக்க நடவடிக்கை எடுத்தார். இதன் விளைவாக உள்நாட்டுக் கலவரங்கள் தோன்றியதில் ஆபிரகாம் லிங்கனுக்கு எதிராக நிறவெறியாளர்களும், அடிமை முறையை ஆதரித்தோரும் கலவரங்களில் ஈடுபட்டுள்ளனர்.

லிங்கனை சுட்ட ஜான்வில்ஸ் போத் என்பவர் அமெரிக்காவின் மரிலாண்டில் 1838ஆம் ஆண்டு பிறந்தவர். இவர் ஆபிரகாம் லிங்கனுக்கும் குடியரசுக் கட்சியின் கொள்கைகளுக்கும் எதிரானவ ராக உள்நாட்டு யுத்தத்தின் ஆதரவாளியாக இருந்தார்.

உண்மையில் அவர் 1865ஆம் ஆண்டு மார்ச் மாதம் 20ஆம் தேதியே ஜனாதிபதி ஆபிரகாம் லிங்கனை ரிச்மண்ட் வேர்ஜனியாவுக்கு கடத்திக் கொண்டு போக வேண்டுமென்று தனது ஆறு சகாக் களுடன் காத்திருந்தார்.

ஆனால் சந்தர்ப்ப வசத்தால் அன்று அவர்கள் ஜனாதிபதியைக் கடத்த காத்திருந்த இடத்திற்கு வருகை தரவிருந்த ஆபிரகாம் லிங்கனின் வருகை ரத்து செய்யப்பட்டதில் ஜான்வில்ஸ் போத்தும் அவரது சகாக்களும் பெரிதும் ஏமாற்றமடைந்தனர்.

தக்க தருணத்திற்காக இவர்கள் காத்திருந்த நேரம் தான் உள்நாட்டு யுத்தத்தில் ஈடுபட்டிருந்த தளபதிகளான ராபர்ட் ஈலீ, ஜோசப் ஜான்ஸ்டன் ஆகியோரின் படைகள் வலுவிழந்து அவர்களுடைய போர்கள் சரியத் தொடங்கியது. இறுதியில் அவர்கள் சரணடைய

வும் செய்தார்கள். இதில் வெகுண்டு ஆத்திரமடைந்த ஜான்வில்ஸ் போத் எப்படியாவது தமது கொள்கையை வலுவாக்க வழிவகையை யோசித்தார்.

முடிவில் வரலாற்றில் மிக முக்கியமான நிகழ்வொன்றை நடத்தினால் தான் தமது கொள்கையை காப்பாற்றுவதென்பது சாத்தியமாகும் என்று புரிந்து கொண்டார்.

அதன் விளைவாக அன்று 1865ஆம் ஆண்டு ஏப்ரல் 14ல் ஃபோர்ட் தியேட்டரில் நடைபெற்ற 'அவர் அமெரிக்கன் கசின்' என்ற மேடை நாடகத்தை பார்க்க போர்ட் தியேட்டருக்கு வருகை தர இருக்கும் ஜனாதிபதி ஆபிரகாம் லிங்கனையும், உபஜனாதிபதி ஆண்ட்ரூ ஜோன்சன் மற்றும் மாநிலச் செயலாளர் வில்லியம் எச்சீவார்ட் ஆகியோரையும் கொலை செய்ய ஜான்வில்ஸ் போத்தும் அவரது சகாக்களும் திட்டமிட்டனர்.

ஜனாதிபதியையும் மற்றும் ஜனாதிபதிக்கு அடுத்ததாக அமெரிக்கா வின் பெரும் கௌரவ அந்தஸ்திலிருக்கும் மற்ற இருவரையும் கொலை செய்வதன் மூலம் அமெரிக்க அரசை வீழ்த்துவதோடு அடிமை ஒழிப்புக்கு அஸ்திவார மிடப்படும் பாரிய சக்தியையும் வேரொடு சாய்த்து விடலாம் என இவர்கள் எதிர்பார்த்தார்கள்.

அந்த ஏப்ரல் 14 மாலை லூயிஸ் டிபௌவ்ல்ஸ் மாநிலச் செயலாளர் ஸ்டூவர்ட் அவர்களின் இல்லத்தில் நுழைந்து அவரைக் கொலை செய்ய முயன்றபோது செயலாளரும் இன்னும் மூன்று பேரும் பலத்த காயமடைந்தனர்.

அதே சமயம் ஜார்ஜ் ஏ அட்லீரோட் என்பவர் உபஜனாதிபதியை கொலை செய்யச் சென்றார். ஆனால் அவர் பதட்டத்தில் இயலாமல் போய் வீழ்ந்தார்.

அன்று இரவு பத்து மணியாகி சிறிது நேரத்தில் ஃபோர்ட் தியேட்டருக்குள் நுழைந்த கொலையாளி ஜான்வில்ஸ் போத் ஜானதிபதி ஆபிரகாம் லிங்கன் அமர்ந்திருந்த பிரத்யேக அமர்கை யிலிருந்த பெட்டி அறைக்குள் நுழைந்து எதிர்பாராத விதமாக லிங்கனின் பின் தலையில் துப்பாக்கியால் சுட்டார்.

மிகுந்த இரத்த சேதமுடன் தலையில் காயம்பட்ட ஜனாதிபதியை தியேட்டருக்கு முன்னால் இருந்த விடுதி வீடு ஒன்றுக்குள் தூக்கிச் சென்று படுக்க வைத்தார்கள்.

அடுத்த நாள் காலை 7.22 மணிக்கு 56 வயதான, அடிமைத்தனத்தை ஒழிப்பதன் மூலம் நிறவெறிக்கு சாவுமணி அடிக்க வித்திட்டு அமெரிக்காவின் வரலாற்றை செம்மையாக்க முயன்ற அந்த மாமனிதர் உயிர் நீத்தார்.

வன்முறையில் கொலை செய்யப்பட்ட முதல் அமெரிக்க ஜனாதிபதி ஆபிரகாம் லிங்கன் என்பது குறிப்பிடத்தக்கது.

கொலையாளி போத் வெர்ஜினியாவன் பௌலீங் கிரீன் என்ற இடத்தில் இராணுவ மற்றும் காவல் அதிகாரிகளால் சுற்றி வளைக்கப் பட்டார்.

சுற்றி வளைப்பில் தப்பிக்க இயலாமல் போன ஜான்வில்ஸ் போத் தன்னைத் தானே சுட்டுத் தற்கொலை செய்து கொண்ட போது அவர் தங்கியிருந்த மாட்டுத் தொழுவமும் எரிந்து சாம்பலானதாகக் கூறப்படுகிறது.

அவருடன் இருந்த மீதி 8 கலவரக்காரர்களும் கைது செய்யப்பட்டு விசாரணையின் பின் 4 பேர் தூக்கிலிடப்பட்டும் மீதி 4 பேர் சிறையிலும் அடைக்கப்பட்டார்கள்.

அமெரிக்காவின் 16வது ஜனாதிபதியான ஆபிரகாம் லிங்கன் அவர்களின் பூத உடல் 1865 மே 4ம் தேதி இலனோயிஸின் ஸ்பிரிங் பீல்ட் எனும் இடத்தில் அடக்கம் செய்யப்பட்டது.

நிறவெறியால் எழுதப்பட்ட அமெரிக்க வரலாறு

அமெரிக்காவின் வரலாறே நிறவெறியால் எழுதப்பட்டதுதான். செவ்விந்தியர்கள் கறுப்பர்கள் மட்டுமல்ல. பின்னர் வந்த லத்தீன் அமெரிக்கர்களும் ஆசியர்களும் கூட அடிமைகளாகத் தான் நடத்தப் பட்டனர்.

1778ன் சுதந்திரப் பிரகடனமும் 1860ல் நடந்த உள்நாட்டுப் போரும் நிறவெறியின் மீதே நின்று கொண்டிருந்தன.

கிபி 1600 களின் மத்தியில் ஆப்பிரிக்காவிலிருந்து மந்தைகளைப் போல ஆப்பிரிக்க மக்கள் அமெரிக்காவுக்குப் பிடித்து வரப்பட்டார் கள். செவ்விந்தியர்கள், கூட்டம் கூட்டமாக கொலை செய்யப்பட்டு நாடு முழுவதும் அவர்களது நிலம் அபகரிக்கப்பட்டது.

எந்த நாடு தன்னை ஜனநாயகத்தின் பிரதிநிதியாக தன்னை அடிப்படையில் அமைத்துக் கொண்டதாக பெருமை

கொண்டதோ, எந்த நாட்டு ஜனநாயகத்துக்காக உலகெங்கும் போர் தொடுத்ததோ அந்நாட்டிலேயே இச்செயல்கள் நடந்தேறுவது பலருக்கும் ஆச்சரியத்தைத் தரக்கூடும்.

இதனை விளங்கிக் கொள்வது கடினமல்ல. அமெரிக்க நிறவெறி பற்றி ஒருபோதும் கூச்சப்பட்டதில்லை. சில சமயம் பெருமைப்பட்டுக் கொள்ளக் கூடிய விசயமாகவே நிறவெறி இருந்துள்ளது. நிறவெறி என்பது ஆழ்ந்த நோக்கில் அர்த்தமற்ற ஒன்று. நிறவெறி பெரும் பாலும் இனவுணர்வுடன் சேர்ந்தே வெளிப்படுகிறது.

ஒரு சமுதாயம், முன்னேறிய நாகரீக சமுதாயம் என்பதால் அங்கே இனவாதமும் இனவெறியும் இல்லை என்றாகாது.

ஐக்கிய அமெரிக்காவில் நீக்ரோக்களுக்கு எதிரான இனவெறி, தென்னாப்பிரிக்க வெள்ளை இனவெறி, ஹிட்லரின் ஜெர்மானிய ஆரிய இனவெறி, ஜார்மன்னரின் ரஷ்ய பேரின வாதம் இவை யெல்லாம் பின்தங்கிய சமுதாயங்களுக்குரியவை அல்ல.

இனவாதமும் இனவெறியும் தொற்று நோய்களைப் போல பரவு கின்றன. ஓர் இனத்தின் இனவாதமும் இனவெறியும் மற்ற இனங்களிடையே இனவாதத்தையும் இனவெறியையும் தூண்டி வளர்த்து, அதன் மூலம் தம்மையும் வளர்த்துக் கொள்கின்றன.

அமெரிக்க சுதந்திரப் பிரகடனத்தை எழுதிய தாமஸ் ஜெபர்சனால் வடிவமைக்கப்பட்டு ஸ்தாபிக்கப்பட்ட 22000 மாணவர்களைக் கொண்ட வெர்ஜீனிய பல்கலைக்கழகத்தின் வளாகத்தில் உள்ள ரோபேட் ஈலீயின் சிலையை 2017 ஆகஸ்ட்டில் நீக்க வலியுறுத்தி வெள்ளை நிற வாதிகளின் ஆர்ப்பாட்டமும் சிலை நீக்கமும் சந்தடி யின்றி நடந்து முடிந்தது.

ரோபேட் ஈலீயின் சிலைகள் அடிமைத் தனத்தினதும் வெள்ளை நிறவெறியினதும் சின்னமாக இருப்பதால் அவற்றை நீக்குவதற்கு சில பொது நிறுவனங்கள் முடிவெடுத்தன. அதன் அடிப்படையில் அவரது சில சிலைகள் நீக்கப்பட்டன.

ரோபேட் ஈலீ அமெரிக்க உள்நாட்டு யுத்தத்தில் தெற்கு மாநிலங் களின் சார்பாக போரிட்ட இராணுவ ஜெனரல் ஆவார்.

1861 முதல் *1865* வரை அமெரிக்காவின் வடக்கு மற்றும் தெற்கு மாநிலங்களிடையே உள்நாட்டு யுத்தம் நடந்தது. இதன் மையமாக இருந்தது அடிமை முறையாகும்.

அமெரிக்காவில் நடைமுறையில் இருந்த அடிமை முறையை *1860*ல் பதவிக்கு வந்த அமெரிக்க ஜனாதிபதி ஆபிரகாம் லிங்கன் நீக்க முனைந்தார்.

இதனை எதிர்த்த தென் மாநிலங்கள் கூட்டாகப் பிரிந்து தனி நாடாகத் தங்களை அறிவித்தன.

இதுவே அமெரிக்க உள்நாட்டுப் போருக்கு வித்திட்டது. ஆப்பிரிக்காவிலிருந்து அடிமைகளை தருவித்து சம்பளமோ உரிமையோ இன்றி அடிமைகள் மூலம் வளர்ச்சியடைந்தது அமெரிக்கா.

இதை நிறுத்துவதற்கு எதிராகவே தென் மாநிலங்கள் போரிட்டன. தென் மாநிலங்களின் பிரதான தளபதி ரோபேட் ஈலீ போரில் தென்

மாநிலங்கள் தோல்வியடைந்த போதும், ரோபேட் ஈலீயின் மரணத்தின் பின் அவருக்கான சிலைகள் நிறுவப்பட்டன.

இந்த சிலைகளை நீக்கும் நிறவெறிப் போராட்டம் தான் அமெரிக்காவில் அச்சமயம் நடைபெற்றது.

வெள்ளை நிறவெறி ஆதரவாளர்கள் அனைவரும், 'நவநாஜிகள்' எனக் கூட்டாக தீபச்சுடர் அணிவகுப்பொன்றை பல்கலைக்கழக வளாகத்தில் நடத்தினர். இதில் நாஜிகளின் வீரவணக்கம் செலுத்தப் பட்டது.

அவர்கள் ஒரே தேசம் ஒரே மக்கள் 'குடியேற்ற வாசிகளை வெளி யேற்று' 'அமெரிக்கா அமெரிக்கர்களுக்கே' போன்ற கோஷங்களை எழுப்பினர்.

இதன் அடுத்த கட்டமாக மறுநாள் அமெரிக்காவின் பன்மைத் தன்மைக்கு ஆதரவாகவும், நிறவெறிக்கு எதிராகவும், நடத்தப்பட்ட அமைதிப் பேரணி மீது எதிர் ஆர்ப்பாட்டம் என்ற போர்வையில் வன்முறை ஏவப்பட்டது.

அப்போது அமைதிப் பேரணியின் மீது காரைச் செலுத்திய நவநாஜி யாகத் தன்னை அறிவித்துக் கொண்ட 20 வயது இளைஞன் ஒருவன் ஒருவரைக் கொலை செய்ததோடு 15க்கும் மேலானோரைக் காய மடையவும் செய்தான்.

பூர்வீக அமெரிக்க பழங்குடியினர்

பதினைந்தாம் நூற்றாண்டில் ஐரோப்பியர்கள் அமெரிக்க கண்டத்தைக் கண்டுபிடித்தபோது ஐரோப்பிய காலனித்துவம் உச்சத்தில் இருந்தது.

ஐரோப்பிய நாடுகள் பெரும்பாலும் மற்ற இனங்களை தங்களை விட தாழ்ந்த இனங்களாகவே கருதின.

அவர்களின் தோல்நிறம் அல்லது பிற இனங்களின் தோற்றத்தின் அடிப்படையில் பெயர்களை உருவாக்கினர். பூர்வீக அந்த பழங்குடியினருக்கு அவர்கள் 'ரெட் இந்தியன்ஸ்' என்ற வார்த்தையை பயன்படுத்தினர்.

இந்திய துணைக்கண்டத்தில் வாழ்ந்த இந்தியர்களிடமிருந்து அவர்களை வேறுபடுத்தி அழைப்பதற்காக அவ்வாறு பெயரிட்டனர்.

16 மற்றும் 17ஆம் நூற்றாண்டுகளில் ஐரோப்பியர்கள் நியுஃபவுண்ட்லாந்தில் குடியேற்றங்களை நிறுவினர்.

அச்சமயம் பூர்வீக செவ்விந்தியப் பழங்குடியான பியோதுக் அங்கு வாழ்ந்தனர். பியோதுக் இனம் ஒரு தனித்துவமான கலாச்சார நடைமுறையைக் கொண்டிருந்தது. அவர்கள் ஒவ்வொரு ஆண்டும் வசந்த கொண்டாட்டத்தின் ஒரு பகுதியாக சிவப்பு காவியால் தங்கள் உடலை வரைவார்கள்.

ஐரோப்பியர்கள் பியோத்துகளுடன் தொடர்பு கொண்ட போது அவர்கள் சிவப்பு காவியைப் பயன்படுத்தியதற்காக அவர்களுக்கு ரெட் இந்தியன்ஸ் என்று பெயரிட்டனர். இந்தப் பெயர் இறுதியில் அனைத்து பூர்வீக அமெரிக்க பழங்குடியினரையும் குறிக்கப் பயன்படும் பொதுச் சொல்லாக மாறியது.

சிவப்பு இந்தியர்கள் மற்றும் ரெட்ஸ்கின்ஸ் பெரும்பாலும் ஒன்றுக் கொன்று மாற்றாகப் பயன்படுத்தப்படுகின்றன.

19ம் நூற்றாண்டில் பலபூர்வீக அமெரிக்க பழங்குடித் தலைவர்கள் தங்கள் பேச்சு, கடிதங்கள் மற்றும் பரிமாற்றங்களில் 'ரெட் ஸ்கின்' என்ற வார்த்தையை பயன்படுத்தினர்.

பூர்வீக அமெரிக்கர்கள், ரெட் இந்தியன்ஸ் அல்லது ரெட் ஸ்கின் என்ற சொற்களை விரும்புவதில்லை. அவர்கள் இந்த சொற்களை இழிவானதாகவும், இனவாதமாகவும் கருதுகின்றனர்.

பூர்வீக அமெரிக்க பழங்குடியினரின் காலனித்துவத்தின் போது ஐரோப்பியர்களால் இந்த சொற்கள் உருவாக்கப்பட்டதாக அவர்கள் நம்புவதே இதற்கு காரணம்.

ரெட் ஸ்கின் என்பது பூர்வீக அமெரிக்க பழங்குடியினரிடமிருந்து தோன்றியிருக்கலாம் என்றாலும் அது ஒரு இனவெறிச் சொல்லாக பயன்படுத்தப்பட்டது.

1870களில் அமெரிக்கா பிறந்த சில ஆண்டுகளுக்குள்ளேயே அது மீதமிருந்த பூர்வகுடி செவ்விந்தியர்களின் நிலங்களை அபகரித்துக் கொண்டது.

காடுகளை அழித்து ஆப்பிரிக்க அடிமைகளின் உழைப்பைச் சுரண்டி தோட்டங்களையும் குடும்பப் பண்ணைகளையும் உருவாக்கியது.

1830 மற்றும் 1840களில் மெக்ஸிகோ நாட்டிற்குச் சொந்தமான பகுதிகளை - இன்றைய டெக்ஸாஸ் முதல் கலிபோர்னியா வரையிலான பிரதேசத்தை ஆக்கிரமித்து அபகரித்து வளர்ந்தது. 1890 வரை இந்த சாம்ராஜ்ய விரிவாக்கம் நடைபெற்றது.

இதற்கிடையில் அமெரிக்காவின் தென்பகுதியில் அடிமை உழைப்பில் வளர்ந்த தோட்ட முதலாளிக்கும், வட பகுதியில் வளர்ந்து வந்த ஆலை முதலாளிகளுக்கும் இடையே முரண்பாடு முற்றியது. தங்கள் ஆலைகளில் வேலைக்கு ஆட்கள் தேவைப்பட்ட போது முதலாளிகளின் பார்வை தென்பகுதி தோட்டங்களில் இருந்த அடிமைகள் மீது திரும்பியது.

முதலாளிகளுக்கும் தோட்ட அதிபர்களுக்கும் இடையே உள் நாட்டுக் கலவரம் வெடித்தது. இதில் ஆபிரகாம் லிங்கன் தலைமையின் கீழ் இருந்த ஆலை முதலாளிகள் வென்றனர்.

ஆலைகளின் உழைப்புத் தேவையை பூர்த்தி செய்தவதற்காக அடிமை ஒழிப்புச் சட்டம் கொண்டு வரப்பட்டது.

ஐரோப்பிய அமெரிக்க முதலாளித்துவத்தின் வளர்ச்சிக்கு தேவையான ஆரம்ப மூலதனம் அமெரிக்காவிலுள்ள செவ்விந்தியர் மற்றும் ஆப்பிரிக்கா கண்டத்தின் கறுப்பின மக்களின் ரத்தத்திலிருந்து உறிஞ்சி எடுக்கப்பட்டது.

லட்சக்கணக்கான பூர்வகுடி செவ்விந்தியர்கள் மற்றும் ஆப்பிரிக்காவிலிருந்து அள்ளி வரப்பட்ட கறுப்பின மக்களின் நாகரீகங்களுக்கு கட்டப்பட்ட கல்லறைகளின் மீது இறுமாப்புடன் எழுந்து நின்றது மேற்கத்திய கலாச்சாரம்.

அமெரிக்க நாட்டின் தென்பகுதியிலிருந்த அடிமைகளின் உழைப்பில் வளர்ந்த தோட்ட முதலாளிகளைத் தோற்கடித்தபின் அந்நாட்டின் ஆலை முதலாளித்துவம் வேகமாக வளரத் துவங்கியது.

நீராவி சக்தி, புதிய இயந்திரங்கள், மின்சக்தி களத்தில் இறக்கி விடப்பட்டன. முதுகொடிய உழைப்பதற்கு செவ்விந்திய மக்களும் கறுப்பின மக்களும் இருந்தனர். எஃகு நிலக்கரி உற்பத்தி பன்மடங்கு பெருகியது.

இந்த அசுர வளர்ச்சியினால் உற்பத்தி பெருகியது. மூலதனம் ஒரு சிலரின் கைகளில் குவிந்தது. மாபெரும் நவீன தொழில் நிறுவனங்கள் உருவாகின. மூலதனக் குவியலின் காரணமாக முதலாளித்தும் ஏக போக முதலாளித்துவ சட்டத்தை அடைந்தது.

1887 மற்றும் 1903ஆம் ஆண்டுகளுக்கு இடைப்பட்ட காலத்தில் ஒவ்வொரு வாரமும் சராசரி இரண்டு கருப்பின மக்கள் தூக்கிலிடப் பட்டனர் அல்லது அங்கம் சிதைக்கப்பட்டனர்.

வட அமெரிக்கா என்ற கண்டத்தையே திருடிய அமெரிக்க ஏகபோக முதலாளித்துவம் அங்கிருந்த எண்ணற்ற சிறு முதலாளிகள் விவசாயிகளை அழித்து வளர்ந்தது.

லத்தீன் அமெரிக்காவின் பூர்வகுடி செவ்விந்தியர்களின் உயிரையும் உடைமைகளையும் சூறையாடி ஸ்பானிய மற்றும் போர்த்துக்கீசிய காலனியாதிக்கம் வளர்ந்து வந்த அதே வேளையில், ஆங்கில அமெரிக்காவான வட அமெரிக்காவில் இங்கிலாந்து பிரான்ஸ் போன்ற நாடுகளில் இருந்து வந்து குடியேறியவர்கள் அங்கிருந்த பூர்வ குடியினரை அடித்து விரட்டிவிட்டு, பஞ்சு, புகையிலைத் தோட்டங்களை அமைத்தனர்.

அங்கிருந்த பூர்வகுடியினர் ஐரோப்பிய நாகரீகத்தால் புறக்கணிக்கப்பட்டு ஓடிவந்த குடியேற்றக்காரர்களிடம் ஏமாந்த போதிலும் அடிமைகளாக உழைக்கத் தயாராயில்லை.

அடிமைச் சேவகத் தேவையைப் பூர்த்தி செய்வதற்கு ஆப்பிரிக்கா வின் பக்கம் குடியேற்றக்காரர்களின் கவனம் திரும்பியது. ஏற்கனவே தென் அமெரிக்காவின் ஸ்பானிய போர்த்துக்கீசிய காலனிகளில் ஆப்பிரிக்காவிலிருந்து இறக்குமதி செய்யப்பட்ட பத்து லட்சம் கறுப்பின மக்கள் அடிமைகளாக உழைத்து வந்தனர்.

அடிமைகளைத் தேடி ஆப்பிரிக்கக் காடுகளுக்குள் புகுந்தனர். அவர்களைப் பிடித்து ஏற்றுமதி செய்யும் வியாபாரிகள் அமைதியான பழங்குடி சமுதாய அமைப்பில் வாழ்ந்து வந்த கறுப்பின மக்களைப் பிடித்து கடற்கடையில் வைத்து ஏலம் நடத்தப்பட்டது.

காடுகளில் பிடிக்கப்பட்ட கறுப்பின மக்கள் கழுத்திலும் காலிலும் விலங்கிடப்பட்டு ஆயிரக்கணக்கான மைல்களுக்கு அப்பாலிருக்கும் கடற்கரைகளுக்கு நடந்தே அழைத்துச் செல்லப்பட்டனர். இதில்

பாதி பேர் வழியிலேயே இறந்தனர். உயிரோடிருந்தவர்கள் கூண்டுகளில் அடைக்கப்பட்டு விற்பனைக்கு வைக்கப்பட்டனர்.

கப்பல்களில் வந்திறங்கிய ஐரோப்பிய வியாபாரிகள், கடற்கரையில் நிர்வாணமாக சங்கிலியால் பிணைக்கப்பட்ட கறுப்பின ஆண்களையும், பெண்களையும் நுணுக்கமாகப் பார்த்து அடிமைச் சேவகத்துக்கு தேர்ந்தெடுப்பர் ஐரோப்பிய வியாபாரிகள்.

தேர்ந்தெடுக்கப்பட்டவர்களின் மார்பில் பிரஞ்சு ஆங்கிலேய அடிமை வியாபாரக் கம்பெனிகளின் முத்திரை பழுக்கக் காய்ச்சி இரும்பினால் முத்திரை குத்தப்படும்.

முத்திரை குத்தப்பட்ட அடிமைகள் அவர்களை அமெரிக்காவுக்கு எடுத்துச் செல்லும் கப்பல்கள் வரும் வரையில் மீண்டும் கூண்டுகளில் அடைக்கப்பட்டனர்.

பத்துப் பதினைந்து நாட்களுக்குப் பின் கப்பல்கள் வரும். கப்பலின் இருண்ட ஈரம் கசியும் அடிப்பகுதியில் சவப்பெட்டி அளவே உள்ள இடங்களில் சங்கிலியால் பிணைக்கப்பட்ட அடிமைகள் அடைத்து வைக்கப்பட்டனர்.

அவர்களுக்கு உணவும் அங்குதான். கழிப்பிடமும் அதுதான். அடிமைகள் அடைக்கப்பட்ட அடுக்குகளின் உயரம் பதினெட்டே அங்குலம் தான். அவர்கள் புரண்டு படுக்க முடியாது. அவர்களின் கால்களும், கழுத்துகளும் அடுக்குகளுடன் சங்கிலியால் பிணைக்கப்பட்டிருக்கும்.

சில நேரங்களில் அடுக்குகளைத் திறந்தபோது பல அடிமைகள் சுவாசிக்க முடியாமல் இறந்து கிடந்தனர். சுவாசப் போராட்டத்தில் படுத்து கிடப்பவர்களைக் கொன்றிருந்தனர்.

உள்ளே உயிருக்கு போராடுவதை விட கடலில் குதித்து உயிரை விடலாம் என்று எண்ணித் தற்கொலை செய்து கொண்டவர்கள் ஏராளம்.

அட்லாண்டிக் பெருங்கடலைக் கடந்து அமெரிக்க கரையை அடைவதற்குள் ஏராளமான கறுப்பின மக்கள் உயிரிழந்தனர்.

அமெரிக்காவின் புவியியலும் பாரம்பரியமும்

அமெரிக்க ஐக்கிய மாநிலங்களின் மொத்த நிலப்பரப்பு 1.9 பில்லியன் ஏக்கர்களாகும். தொடர்ச்சியான மாநிலங்களிலிருந்து கனடாவால் பிரிந்திருக்கும் அலாஸ்கா அமெரிக்காவின் மிகப்பெரிய மாநிலமாகும். இதன் நிலப்பரப்பு 365 மில்லியன் ஏக்கர்கள்.

வடஅமெரிக்காவின் தென்மேற்கில் மத்திய பசிபிக்கில் ஒரு தீவுக் கூட்டமாக உள்ள ஹவாய் 4 மில்லியன் ஏக்கர் பரப்பை கொண்டுள்ளது.

ரஷ்யா மற்றும் கனடாவிற்குப் பிறகு மொத்த நிலப்பரப்பில் அமெரிக்கா சீனாவை விட சற்று மேலே அல்லது கீழே என உலகின் மூன்றாவது அல்லது நான்காவது பெரிய நாடாக உள்ளது.

தனது பெரும்பரப்பின் பூகோள பன்முகத் தன்மை காரணமாக அமெரிக்கா பல்வேறு காலநிலைகளை உள்ளடக்கி கொண்டுள்ளது.

அதுபோலவே அமெரிக்க உயிரினச் சூழல் பிரம்மாண்ட பன்முகத் தன்மை கொண்டதாகும்.

அட்லாண்டிக் கடலோர சமவெளி உள்ளமைந்த பகுதிகளில் இலையுதிர் காடுகள் மற்றும் பீட்மோன்ட்டின் தொடர்ச்சி குன்றுகளுக்கும் வழிவிடுகிறது. அமெரிக்கப் பேரேரிகள் மற்றும் நடுமேற்கு புல்வெளிப் பகுதிகளை கிழக்கு கடல் படுகையிலிருந்து அபலாசியன் குன்றுகள் பிரிக்கின்றன.

உலகின் நான்காவது நீளமான நதியான மிச்சிபி மிசௌரி ஆறுகள் முக்கியமாக வடக்கிலிருந்து தெற்காக நாட்டின் மையப்பகுதி வழியே பாய்கிறது.

பெரும் சமவெளிகளின் மேற்கு விளிம்பில் ராக்கி மலைகள் வடக்கில் இருந்து தெற்காக நாடெங்கிலும் நீள்கிறது. கொலராடோவில் 14000 அடிக்கும் அதிகமான உயரங்களை இது எட்டுகிறது.

சியராநெடாவும் கேஸ்கேடு சிகரங்களும் பசிபிக் கடலோர பகுதியை ஒட்டிச் செல்கின்றன. 20320 அடி உயரத்தில் அலாஸ்காவின் மெக்கன்லி சிகரம் இந்நாட்டின் மிக உயர்ந்த சிகரம் ஆகும். கொதிக்கும் எரிமலைகள் அலாஸ்காவின் அலெக்சாண்டரிலும் அலெசியன் தீவுகள் முழுமையிலும் இருக்கின்றன. ஹவாயிலும் எரிமலை தீவுகள் உள்ளன.

ராக்கி மலைப்பகுதியில் எல்லோஸ்டோன் தேசியப் பூங்காவின் கீழ் அமைந்திருக்கும் ராட்சத எரிமலைகள் இந்த கண்டத்தின் மிகப் பெரிய எரிமலையாகும்.

ஐக்கிய அமெரிக்காவில் மொத்தம் 50 மாநிலங்கள் உள்ளன.

அலபாமா, அரிசோனா, ஆர்கன்சஸ், கலிபோர்னியா, கொலராடோ, கனெக்டிகட், டெலவேர், புளோரிடா, ஜார்ஜியா, ஹவாய், இடாகோ, இலினாய், இன்டியானா, ஐயோவா, கன்சாஸ், கென்டகி, மேய்ன், மேரிலாண்ட், மசாசுசெட்ஸ், மிஷிகன், மின்சோட்டா, மிச்சிப்பி, மிசௌரி, மான்டனர், நெப்ராஸ்கா, நெவாடா, நியுஹாம்ஷயர், நியுஜெர்சி, நியுமெக்சிகோ, நியுயார்க், வடகரோலினா, ஓஹையோ, ஓக்லஹலமா, ஓரிகன், பைன்சில்வேனியா, இறோட் தீவு, தென் கரோலினா, தென்டகோட்டா,

டென்னசி டெக்சஸ், உட்டா வேர்மான்ட், வெர்ஜீனியா, வாஷிங்டன், மேற்கு வர்ஜீனியா, விஸ்கொன்சின், வயோமிங் முதலியனவாகும்.

அமெரிக்காவின் கலாச்சாரம் முதன்மையாக மேற்கத்திய மற்றும் ஐரோப்பிய வம்சாவெளியைச் சேர்ந்தது. ஆனால் அதன் தாக்கங்களில் ஆசிய அமெரிக்கன், மற்றும் பூர்வீக அமெரிக்க மக்களின் கலாச்சாரங்கள் மற்றும் அவர்களின் கலாச்சாரங்கள் அடங்கும்.

பேச்சு வழக்கு, இசை, கலைகள், சமூக பழக்கவழக்கங்கள், உணவு வகைகள், மற்றும் நாட்டுப்புறவியல் போன்ற தனித்த சமூக மற்றும் கலாச்சாரா பண்புகளை அமெரிக்கா கொண்டுள்ளது.

அமெரிக்கா இனரீதியாக வேறுபட்டது. அதன் வரலாறு முழுவதும் பெரிய அளவிலான ஐரோப்பிய குடியேற்றத்தின் விளைவாக ஏற்பட்டது.

ஐக்கிய மாகாணங்களின் ஐரோப்பிய வேர்கள் பிரிட்டிஷ் மற்றும் ஸ்பானிய ஆட்சியின்போது காலனித்துவ வடஅமெரிக்காவின் ஆங்கிலேயர் மற்றும் ஸ்பானிஷ் குடியேறியவர்களிடமிருந்து தோன்றின.

ஆங்கில இனக்குழு முக்கிய கலாச்சாரம் மற்றும் சமூக மனப் போக்கு மற்றும் அமெரிக்க குணாதிசயமாக உருவான அணுகு முறைகளுக்கு பங்களித்தது. முக்கிய கலாச்சார தாக்கங்கள் வரலாற்று குடியேற்றத்தால் கொண்டு வரப்பட்டன.

லத்தீன் அமெரிக்க கலாச்சாரம் குறிப்பாக முன்னாள் ஸ்பானிஷ் பகுதிகளில் உச்சரிக்கப்படுகிறது. கரீபியன் கலாச்சாரம் குடியேற்றத் தால் பெருகிய முறையில் அறிமுகப்படுத்தப்பட்டது.

அடிமைத்தனம் ஒழிக்கப்பட்டதிலிருந்து கரீபியன் ஆரம்பகால மற்றும் மிகப்பெரிய கறுப்பின குடியேற்றக் குழுவின் ஆதாரமாக இருந்து வருகிறது.

இது அமெரிக்காவில் குறிப்பிடத்தக்க வளர்ச்சிக்கான ஆதாரமாக உள்ளது மற்றும் கல்வி, இசை, விளையாட்டு மற்றும் பொழுது போக்கு ஆகியவற்றில் பெரும் கலாச்சார தாக்கங்களை ஏற்படுத்தி யது.

அமெரிக்கா பாரம்பரியமாக ஒரு உருகும் பாத்திரமாக கருதப்படு கிறது. புலம் பெயர்ந்தோர் பங்களிக்கிறார்கள். ஆனால் இறுதியில் முக்கிய அமெரிக்க கலாச்சாரத்துடன் இணைந்தனர். நாட்டின் வரலாறு முழுவதும் சில துணைக்கலாச்சாரங்கள் அடிப்படை யிலானவை.

ஐக்கிய மாகாணங்களுக்கு கூட்டாட்சி மட்டத்தில் அதிகாரப் பூர்வமொழி இல்லை என்றாலும் 28 மாநிலங்கள் ஆங்கிலத்தை அலுவல் மொழியாக ஆக்குவதற்கான சட்டத்தை இயற்றியுள்ளனர்.

நாடு முழுவதும் 300க்கும் மேற்பட்ட மொழிகள் மற்றும் நியுயார்க் நகரத்தில் 800 மொழிகள் வரை, ஆங்கிலம் தவிர அமெரிக்காவில் தாய்மொழிகள் உள்ளன. சில பழங்குடி மக்களால் பேசப்படு கின்றன. மற்றவை குடியேறியவர்களால் இறக்குமதி செய்யப்படு கின்றன.

கலையைப் பொறுத்தமட்டில் யுனைடெட் ஸ்டேஸில் உள்ள கட்டிடக்கலை பிராந்திய ரீதியாக வேறுபட்டது. பலவெளிப்புற சக்திகளால் வடிவமைக்கப்பட்டுள்ளது. எனவே அமெரிக்க கட்டிடக்கலை தேர்ந்தெடுக்கப்பட்டதாகக் கூறலாம்.

பாரம்பரியமாக அமெரிக்க கட்டிடக்கலை ஆங்கில கட்டிடக் கலையிலிருந்து கிரேக்க ரோமன் கட்டிடக்கலை வரை தாக்கத்தை கொண்டுள்ளது.

அமெரிக்க கலாச்சாரத்தில் அறிவியல் முன்னேற்றம் மற்றும் தொழில் நுட்ப கண்டுபிடிப்புகளுக்கு ஒரு மரியாதை உள்ளது. இதன் விளை வாக பல நவீன கண்டுபிடிப்புகள் உருவாக்கப்படுகின்றன.

விஞ்ஞானக் கருத்துக்களைப் பயன்படுத்துவதற்கான இந்த முனைப்பு 20ம் நூற்றாண்டு முழுவதும் வலுவான சர்வதேச நன்மைகளைக் கொண்ட புதுமைகளுடன் தொடர்ந்தது.

இருபதாம் நூற்றாண்டில் விண்வெளியுகம் தகவல்யுகம் மற்றும் சுகாதார அறிவியல் மறுமலர்ச்சி ஏற்பட்டது.

வளர்ந்த நாடுகளில் அதன் மக்கள் தொகை அடிப்படையில் அமெரிக்கா மிகவும் மதநம்பிக்கை கொண்ட நாடுகளில் ஒன்றாகும்.

❖

அமெரிக்க சுதந்திரப் போர்

பிரித்தானிய சாம்ராஜ்யத்திடமிருந்து அமெரிக்க விடுதலை பெற்ற வரலாறு அமெரிக்க சுதந்திரப் போராக வர்ணிக்கப்படுகிறது. இப்போரானாது ஏப்ரல் 19,1775ல் துவங்கியது. அதனைத் தொடர்ந்து ஜுலை 4, 1776ல் சுதந்திரப் பிரகடனம் செய்யப் பட்டது.

அமெரிக்கா என்றால் புதிய உலகம் என்று பொருள். இங்குள்ள பெரும்பாலான மக்கள் ஒரு காலகட்டத்தில் வேறு நாடுகளிலிருந்து புலம் பெயர்ந்தவர்கள்தான்.

அதற்கு முன்னால் அமெரிக்காவில் இந்தியர்கள் எனப்படும் பூர்வீக அமெரிக்கர்கள் (செவ்விந்தியர்கள்) வாழ்ந்து வந்தார்கள். இவர்கள் இயல்பிலும் பழக்க வழக்கங்களிலும் நம் இந்திய நாட்டு பழங்குடி மரபு சார்ந்த மக்களைப் போன்றவர்.

1607ம் ஆண்டிலிருந்து 1776ம் ஆண்டு வரையிலும் இங்கிலாந்து நாட்டின் நிறுவனங்கள், வடஅமெரிக்க மண்ணில் அட்லாண்டிக் கடற்கரைப் பகுதிகளில் 13 குடியேற்ற காலனிகளை அமைத்து, அக்குடியிருப்புகளை ஆங்கில அரசின் கீழ் கொண்டு வந்தன.

புலம் பெயர்ந்து வந்த மக்கள் அமெரிக்காவிலிருந்து தோல், மீன், ரோமம், மற்றும் மரப்பலகைகளையும் அரிசி மற்றும் புகையிலைப் பொருட்களையும் இங்கிலாந்துக்கு அனுப்பி வந்தனர்.

அப்போது அமெரிக்க மண்ணில் நாடோடிகளாக ஏற்கனவே வாழ்ந்து வந்த பூர்வீக அமெரிக்கர்களுக்கும் புதிதாக வந்த ஆங்கி லேய மக்களுக்கும் முரண்பாடுகள் எழ ஆரம்பித்தன. பூர்வீக மக்களுடன் புலம் பெயர்ந்த ஆங்கிலேயே மக்கள் போராட ஆயுதங் களும் ஏனைய பொருட்களும் ராணுவ பாதுகாப்பும் இங்கிலாந்து நாடு கொடுத்து உதவி வந்தது.

இப்படித்தான் அமெரிக்க மண்ணிற்கு புலம் பெயர்ந்த மக்கள், தாய் நாடான இங்கிலாந்து நாட்டின் ஆட்சியின் கீழ் அதன் உதவியில்

அதன் சட்டதிட்டத்திற்கேற்ப 1600, 1700களில் வாழ்ந்து வந்தனர்.

1754 முதல் 1763 வரை இங்கிலாந்து பிரெஞ்சு நாட்டுடனும் ஏனைய நாடுகளுடனும் போரில் ஈடுபட்டதால் பெரிய கடனுக்குள் ளானது.

இதன் காரணமாக இங்கிலாந்து அரசு அதன் பொருளாதாரத்திற்காக 1764ல் அமெரிக்க வாழ் காலனி மக்கள் மேல் புதுப்புது வரிகளை திணிக்க ஆரம்பித்தது.

அமெரிக்க மண்ணிலிருந்து இங்கிலாந்து ராணுவத்திற்கு தேவையான உணவு, வீடு உட்பட அனைத்து வசதிகளையும் காலனி மக்கள் செய்து தர வேண்டும் என சட்டம் இயற்றியது இங்கிலாந்து அரசு.

இதனால் காலனி மக்கள் கோபம் கொள்ள ஆரம்பித்தனர். ஆங்கிலேய சட்டங்களை எதிர்த்து புரட்சி செய்யத் துவங்கினர். முதல் புரட்சி ஆங்கிலேய கிழக்கு இந்திய நிறுவனத்தின் தேயிலை இறக்குமதியை எதிர்த்து ஆரம்பிக்கப்பட்டது.

இந்த புரட்சிகள் இங்கிலாந்தின் பொருளாதாரத்தை குறைக்கத் தொடங்கியதால் ஆங்கிலேய அரசு கடுங்கோபம் கொண்டு வன்முறையில் இறங்கியது.

முதலில் இங்கிலாந்து அரசு பாஸ்டன் துறைமுகத்தை மூடியது. பாஸ்டன் வணிகர்கள் ஏற்றுமதி, இறக்குமதி செய்ய இயலாமல் தவித்தனர்.

பின் காலனிகளின் சட்ட அதிகாரத்தையும், நீதிமுறைகளையும் காலனி தலைவர்களிடமிருந்து ஆங்கிலேய அரசு தன் ஆட்சிக்கு கீழ் கொண்டு வந்தது.

இங்கிலாந்து அடக்கு முறைகளை எப்படி கையாள்வதென ஆலோசிக்க 1774ல் 12 காலனி தலைவர்கள், ஒருங்கிணைந்து 1 முதல் கண்ட காங்கிரஸ் (First Continental Congress) என்ற அமைப்பை உருவாக்கி ஒரு சந்திப்பை பிலாடெல்பியா நகரில் நடத்தினர். இந்த சந்திப்பில் வர்ஜீனியா காலனி கலந்து கொள்ளவில்லை.

இங்கிலாந்து அரசு காலனி நாடுகளின் கோரிக்கைகளை ஏற்றுக் கொள்ளவில்லை. அவர்களை வன்முறை மூலம் அடக்கவே தொடர்ந்து முயற்சிகள் செய்தது.

இதன் காரணமாக புலம் பெயர்ந்த காலனி மக்களும் வேறு வழி யின்றி வன்முறை போராட்டத்திற்கு தயார் ஆனார்கள்.

அமெரிக்க காலனிகள் முறையாக ஒரு போர்ப்படையையும் அமைத்து ஜார்ஜ் வாஷிங்டனை படைத்தளபதியாக நியமித்து இங்கிலாந்து படையுடன் போரில் ஈடுபட்டனர்.

இங்கிலாந்தின் கொடுங்கோல் ஆட்சி அமெரிக்க மண்ணில் தொடர்ந்து இருந்தாலும் அமெரிக்க காலனிகளின் சிலர் இங்கி லாந்துக்கு விசுவாசமாக இருந்து வந்தனர்.

சுமார் ஒரு வருடம் போராடிய பிறகு அமெரிக்க காலனிகளும் ஒன்றினைந்து ஜுன் 1776ல் இங்கிலாந்து ஆட்சியிலிருந்து விலகி அமெரிக்கா எனும் தன சுதந்திர நாடாக செயல்பட அறிக்கை ஒன்றை வெளியிட்டது. 1776 ஜுலை 4ஆம் நாளன்று 13 காலனி களை ஐக்கியமாகக் கொண்ட அமெரிக்க இனி தனி நாடென உலகிற்கு அறிவித்தது.

❖

அமெரிக்க நாடாளுமன்றமும் நிர்வாகமும்

அமெரிக்கா ஐம்பது மாநிலங்களின் ஒன்றியமாக உள்ளது. ஆரம்பத்தில் பதின்மூன்று மாநிலங்கள் பிரித்தானிய ஆட்சியை எதிர்த்துப் போராடியதால் பதின்மூன்று நாடுகளாக உதித்தன.

பிற மாநிலங்கள் போர் மூலமாகவும் அல்லது அமெரிக்காவின் பிராந்தியங்களில் இருந்து பிரித்தும் உருவானவையாகும்.

விதிவிலக்குகளாக வெர்மான்ட், டெக்சாஸ் மற்றும் ஹவாய் ஆகிய மாநிலங்கள் அடங்கும். இந்த மாநிலங்கள் ஒன்றியத்தில் இணைவதற்கு முன்பு சுதந்திரக் குடியரசாக இருந்தவை.

மற்றொரு வகை விதிவிலக்கில் தொடக்கத்தில் இருந்த பதின்மூன்று மாநிலங்கள் அடங்கும்.

தற்போது ஐக்கிய அமெரிக்காவில் 50 மாநிலங்கள் உள்ளன.

அரசியலைப் பொறுத்தமட்டில் அமெரிக்கா உலகின் பழமை யான கூட்டமைப்பு ஆகும். பெரும்பான்மை ஆட்சியானது சிறுபான்மையினர் உரிமைகள் சட்டத்தால் பாதுகாக்கப்படுவதன் மூலம் வலிமையூட்டிய அரசியல் சட்டக் குடியரசாகும்.

பிராந்தியங்களில் வசிக்கும் அமெரிக்க குடிமக்கள் ஐக்கிய அதிகாரங் களுக்கான வாக்களிப்பிலிருந்து விலக்கப்பட்டாலும் அடிப்படை யாக ஒரு பிரதிநிதித்துவ ஜனநாயகமாக இது கட்டமைந்துள்ளது.

அமெரிக்க ஐக்கிய அமைப்பில் குடிமக்கள் பொதுவாக ஐக்கிய மாநில மற்றும் பிராந்திய என மூன்று அரசாங்க நிலைகளுக்கு கட்டுப் பட்டவர்களாகும்.

ஏறக்குறைய அனைத்து வகைகளிலும் நிர்வாக மற்றும் சட்ட அதிகாரிகள் மாவட்ட வாரியாக குடிமக்களின் பன்முக வாக்குரிமை யால் தேர்ந்தெடுக்கப்படுகிறார்கள். ஐக்கிய அரசாங்கம் மூன்று கிளைகளாக உருவானது.

நாடாளுமன்றம் : இது இரு அவைகள் கொண்ட காங்கிரஸ் செனட் மற்றும் பிரதிநிதிகள் சபையால் ஆனது. இது ஐக்கிய சட்டங்களை உருவாக்குகிறது. போரை அறிவிக்கிறது. ஒப்பந்தங்களுக்கு ஒப்புதல் அளிக்கிறது. நிதியாதார அதிகாரத்தை கொண்டுள்ளது. அதன் மூலம் அரசாங்கத்தின் பதவியிலிருக்கும் உறுப்பினர்களை இது அகற்ற முடியும்.

நிர்வாகம் : ஜனாதிபதிதான் ராணுவத்தின் தலைமை தளபதி ஆவார். நாடாளுமன்ற மசோதாக்கள் சட்டமாகும் முன் அவற்றின் மீதான இறுதி முடிவு அதிகாரம் செலுத்த முடியும். கேபினட் மற்றும் அதிகாரிகளை நியமனம் செய்கிறது.

நீதித்துறை : சுப்ரீம் கோர்ட்டு மற்றும் பிற கீழ்நிலை ஐக்கிய நீதி மன்றங்களும் இவற்றின் நீதிபதிகள் ஜனாதிபதியால் செனட் ஒப்புதலுடன் நியமனம் செய்கிறார்கள்.

அமெரிக்கா இரு கட்சி அமைப்பின் கீழ் இயங்கி வருகின்றது. அனைத்து நிலைகளிலும் தேர்தல் பதவிகளுக்கு மாநில நிர்வாகத்தின் கீழ் முதன்மை தேர்தல்கள் மூலம் அடுத்து வரும் பொதுத் தேர்தலுக் கான பிரதான கட்சி வேட்பாளர்கள் தேர்ந்தெடுக்கப்படுகிறார்கள்.

1824ஆம் ஆண்டில் தொடங்கிய மக்களாட்சிக் கட்சியும் 1854ஆம் ஆண்டில் தொடங்கிய குடியரசுக் கட்சியும் தன் அமெரிக்காவின் களத்தில் இருந்து வருகின்றன.

தேசத்தின் ராணுவப் படைகளின் தலைமைத் தளபதி பதவியை ஜனாதிபதி கொண்டிருக்கிறார். பாதுகாப்பு செயலாளர் மற்றும் படைவீரர்களுக்கான இணைதலைவர்கள் ஆகிய அதன் தலைவர்களையும் இவரே நியமிக்கிறார்.

பிரதிநிதிகள் அவை 435 உறுப்பினர்களைக் கொண்டது. ஒவ்வொரு வரும் நாடாளுமன்ற மாவட்டங்களை இரு வருட காலத்திற்கு பிரதிநிதித்துவம் செய்கிறார்கள். ஒவ்வொரு பத்தாவது வருடத்திலும் அவை உறுப்பினர் எண்ணிக்கைகள் மக்கள் தொகை அடிப்படையில் மாநிலங்களிடையே பகிர்ந்தளிக்கப்படுகிறது.

ஜனாதிபதி நேரடி வாக்களிப்பு மூலம் தேர்ந்தெடுக்கப்படுவதில்லை. ஜனாதிபதி நான்கு வருடகாலம் பதவியில் இருப்பார். இரு முறைக்கு மேல் தேர்ந்தெடுக்க முடியாது.

அமெரிக்க ஐக்கிய நாடுகளின் 13 குடியேற்றங்கள் எனப்படுபவை வடஅமெரிக்காவின் அத்திலாதிக்கு கரையோரம் நிறுவப்பட்டிருந்த பிரித்தானியக் குடியேற்றங்கள் ஆகும்.

முதல் குடியேற்றம் 1607ல் வர்ஜீனியாவிலும் கடைசி குடியேற்றம் 1733ல் ஜார் ஜியாவிலும் நிறுவப்பட்டது.

1754ம் ஆண்டு நடத்தப்பட்ட அல்பனி காங்கிரசில் இந்த மாநிலங்கள் ஒருங்கிணைந்து கூடிய உரிமைகளைக் கோரின. மேலும் 1776ல் தனியான கண்டத்து நாடாளுமன்றத்தை உருவாக்கி பெரிய பிரித்தானியாவிலிருந்து விடுதலை கோரின.

புதிய இறையாண்மையுள்ள நாடாக அமெரிக்க ஐக்கிய ராச்சியங்கள் எனப் பெயர் சூட்டிக் கொண்டன.

பதின்மூன்று குடியேற்றங்களாவன :

1. டெலவேர் குடியேற்றம்
2. பென்சில்வேனியா மாகாணம்

3. நியு செர்சி மாகாணம்
4. ஜோர்ஜியா மாகாணம்
5. கனெக்டிகட்டு குடியேற்றம்
6. மாசச் சூசெட்சு விரிகுடா மாகாணம்
7. மேரிலாந்து மாகாணம்
8. தெற்கு கரோலினா மாகாணம்
9. வடக்கு கரோலினா மாகாணம்
10. நியுஹரிம்ப்சையர் மாகாணம்
11. வர்ஜீனியா குடியேற்றம்
12. நியுயார்க் மாகாணம்
13. ரோடுதீவு குடியேற்றம்

ஒவ்வொரு குடியேற்றமும் தனக்கானத் தனி அரசமைப்பைக் கொண்டிருந்தன. இவர்கள் பெரும்பாலும் தங்கள் நிலத்திற்குரிமை யுள்ள விவசாயிகளாக இருந்தனர். நகராட்சி மற்றும் மாகாண அரசினை தேர்ந்தெடுக்கும் வாக்குரிமை பெற்றவர்களாக இருந்தனர்.

சில குடியேற்றங்களில் குறிப்பாக வர்ஜீனியா, கரோலினாக்கள், ஜார்ஜியாவில் குறிப்பிடத்தக்க அளவில் ஆப்பிரிக்க அடிமைகள் இருந்தனர்.

1760களிலும் 1770களிலும் நடந்த வரிகளுக்கு எதிரான கிளர்ச்சி களைத் தொடர்ந்து இந்த மாகாணங்கள் அரசியலில் ஐக்கியப்பட்டு பிரித்தானிய அரசுக்கெதிராக ஒருங்கிணைந்து 1775-1783ல் புரட்சிப் போரில் ஈடுபட்டனர். 1776ல் தங்கள் விடுதலையை அறிவித்ததுடன் 1783ல் பாரிசு உடன்படிக்கையில் கையெழுத்திட்டு உறுதிப்படுத்தி னர்.

❖

நீக்ராய்டுகள் அல்லது கருப்பினத்தவர்

நீக்ராய்டுகள் அல்லது கருப்பினத்தவர்கள், ஆப்பிரிக்கா கண்டத்தைப் பூர்வீகமாகக் கொண்டவர்கள். அடர்நிற கருப்புத் தோல், கருப்புநிற சுருண்ட தலைமுடி, தடித்த உதடு, வட்டமான கன்னம், அகலமான மற்றும் தட்டையான மூக்கு அமைப்பு மற்றும் மண்டையோடு நீள் குறுந்தலையாகவும், பின்பகுதி நீண்ட அமைப்பு கொண்ட கறுப்பின மக்கள் ஆவார்.

உலகில் நான்கு பெரிய இனமக்களில் இவர்களும் ஒருவர் ஆவர். கறுப்பினத்தவர்கள் தற்போது நீக்ராய்டுகள் ஆப்பிரிக்கா, வட அமெரிக்கா, ஐரோப்பா மற்றும் ஆசியா கண்டங்களில் பரவி வாழ்கின்றனர்.

19ஆம் நூற்றாண்டில் மரபியல் அடிப்படையில் அனைத்து மாந்தரும் ஒரே இனத்தவர் எனக் கண்டறிந்தனர்.

ஆங்கில மொழியில் நீக்ரோ என்பதற்கு ஆப்பிரிக்க கறுப்பின மக்களான நீக்ராய்டுகளை குறிக்கும்.

தற்போது அமெரிக்காவில் இச்சொல்லாடல் தவிர்க்கப்பட்டு ஆப்பிரிக்க அமெரிக்கர்கள் என அழைக்கப்படுகிறது.

முதன் முதலில் 1442ல் போர்த்துக்கீசிய கடலோடியான வாஸ்கோட காமா தென்னாப்பிரிக்காவைச் சுற்றி இந்தியவுக்கு கடல் வழியை கண்டுபிடிக்க முயன்றார்.

அப்போது போர்த்துக்கீசியர்கள் சந்தித்த ஆப்பிரிக்க கறுப்பின மக்களை நீக்ரோ என்று அழைத்தனர்.

போர்த்துக்கீசியம் மற்றும் ஸ்பானிய மொழிகளில் நீக்ரோ என்ப தற்கு கருப்பு என்று பொருள்.

இலத்தீன் சொல்லான நைஜர் என்பதிலிருந்து நீக்ரோ எனும் சொல் பெறப்பட்டது. இதற்கும் கறுப்பு எனப் பொருள்படும்.

மேற்கு ஆப்பிரிக்காவின் மக்களான நீக்ரோலாண்ட் என்று பெயரிடப்பட்ட பழைய வரைபடங்களில் பயன்படுத்தப்பட்டது. நைஜர் ஆற்றின் குறுக்கே நீண்டுள்ளது.

18ஆம் நூற்றாண்டு முதல் 1960களின் பிற்பகுதிவரை நீக்ரோ எனும் சொல் கருப்பு ஆப்பிரிக்க வம்சாவளியைச் சேர்ந்த மக்களுக்கு சரியான ஆங்கில மொழிச்சொல்லாகக் கருதப்பட்டது.

ஆக்ஸ்போர்டு அகராதியில் தற்போது பிரித்தானிய மற்றும் அமெரிக்க ஆங்கிலம் இரண்டிலும் நீக்ரோ என்ற சொல் பயன் படுத்தப்படுவதில்லை.

கருப்புத் தோல் கொண்ட அமெரிக்க வாழ் ஆப்பிரிக்க வழித் தோன்றல்களை நீக்ரோக்கள் என அழைப்பது மிகவும் கண்ணியக் குறைவான சொல்லாக இருந்தது.

அதே சமயம் நீக்ரோக்களின் கறுப்புத்தோல் மிகவும் தாக்குதலாக கருதப்பட்டது. தென் கரோலினாவின் நீக்ரோ சட்டம் 1848, நீக்ரோ என்ற சொல் அடிமை ஆப்பிரிக்கர்கள் மற்றும் அவர்களின் வழித் தோன்றல்களுக்கு மட்டும் குறிப்பிடப்பட்டது.

தாராளவாத கலைக்கல்வியை ஆதரிப்பதற்காக அமெரிக்க நீக்ரோ அகாடமி 1897ல் நிறுவப்பட்டது. 1914ல் யுனிவர்சர் நீக்ரோ இம்ப்ரூவ்மென்ட் அசோசியன் நிறுவப்பட்டது.

நீக்ரோ வேர்ல்ட் (1918) நீக்ரோஃபேக்டரீஸ் கார்ப்பரேஷன் (1919) மற்றும் உரிமைகளின் பிரகடனம் போன்ற கருப்பு தேசியவாதிகள் மற்றும் பான் - ஆப்பிரிக்க வாத அமைப்புகளின் பெயர்களில் மார்கஸ் கார்வே இந்தச் சொற்களை பயன்படுத்தினார்.

இருப்பினும் 1950 மற்றும் 1960களில் அமெரிக்கக் கருப்பினத் தலைவர்கள தங்களை இரண்டாம் தரகுடிமக்கள் என நினைத்து நீக்ரோ என அழைப்பதை கடுமையாக எதிர்த்தனர்.

பிற்கால கருப்பின மக்களின் சிவில் உரிமைகள் இயக்கத்திற்குப் பிறகு, 1960களின் பிற்பகுதி வரை நீக்ரோ என்பது சாதாரணமாக ஏற்றுக் கொள்ளப்பட்டது.

மார்ட்டின் லூதர் கிங் 1968ஆம் ஆண்டில் தனது புகழ்பெற்ற 'ஐ ஹேவ் எ ட்ரீம்' சொற்பொழிவில் 'நீக்ரோ' என்று தம்மை அடை யாளம் காட்டினார்.

இருப்பினும் 1950கள் மற்றும் 1960களில் சில கறுப்பின அமெரிக்கத் தலைவர்கள், குறிப்பாக மல்கம் எக்ஸ் என்பவர், ஆப்பிரிக்க கருப்பினத்தவரைக் குறிக்கும் நீக்ரோ என்ற சொல்லை எதிர்த்தனர்.

ஏனெனில் அவர்கள் அச்சொல்லை அடிமைத்தனம், பிரித்தல், மற்றும் பாகுபாடு ஆகியவற்றின் நீண்ட வரலாற்றோடு தொடர்பு டையதுடன் இச்சொல் ஆப்பிரிக்க அமெரிக்கர்களை இரண்டாம் தர குடிமக்களாக கருதியது.

மால்கம் எக்ஸ் என்ற கருப்பினத் தலைவர் தங்களை நீக்ரோ என்றழைப்பதை விட கறுப்பின மக்கள் என அழைக்கப்படுவதை விரும்பினார்.

பின்னர் அவர் நீக்ரோ மக்களை ஆப்பிரிக்க அமெரிக்கர்கள் அல்லது கருப்பு அமெரிக்கர்கள் எனும் சொல்லால் அழைக்கப்பட விரும்பினார்.

1960களில் பிற்பகுதியிலிருந்து நீக்ரோக்கள் குறித்து வேறுபல சொற்கள் பிரபலமான பயன்பாட்டில் மிகவும் பரவலாகப் பயன் படுத்தப்பட்டது.

இவற்றில் கருப்பர்கள், கறுப்பு ஆப்பிரிக்கர்கள், ஆப்பிரிக்க அமெரிக்கர்கள் என்ற சொல் 1960களின் பிற்பகுதியிலிருந்து 1990வரை பயன்பாட்டில் இருந்தது.

நீக்ரோ எனும் சொல் இன்னும் சில வரலாற்றுச் சூழல்களில் பயன் படுத்தப்படுகிறது. அதாவது நீக்ரோ ஆன்மீகம் என்று அழைக்கப் படும் பாடல்கள் 20ஆம் நூற்றாண்டின் முற்பகுதி மற்றும் நடுப்பகுதி யில் பேஸ்பால்லின் நீக்ரோலீக்குகள் போன்ற அமைப்புகளில் பயன்படுத்தப்பட்டது.

நிறவெறியும் அமெரிக்காவின் இன்றைய நிலையும்

இன்றைய அமெரிக்காவின் கறுப்பின இளைஞர்களில் நான்கில் ஒருவர் சிறையில் இருக்கிறார். கல்லூரியில் படிக்கும் கறுப்பின இளைஞர்களை விட சிறையில் இருப்பவர்களே அதிகம்.

தமது சொந்த மண்ணான ஆப்பிரிக்காவிலிருந்து அவர்களைப் பிடுங்கிக் கொண்டு வந்து சீரழித்தது யார்? கறுப்பன் என்றாலே அடிமை என்ற நிலையை உருவாக்கியது யார்?

அந்த நிறவெறியின் தந்தை கொலம்பஸ். ஆம் - அமெரிக்க அடிமை வர்த்தகத்தின் தந்தை கொலம்பஸ். வெள்ளையர் அல்லாதவர்களை மட்டுமே அடிமையாக்கியதின் மூலம் அடிமை வியாபாரத்துடன் நிறவெறியையும் இணைத்தவன் கொலம்பஸ்.

கொலம்பஸுக்கு முந்தைய காலத்திலும் அடிமை வர்த்தகம் இருந்தது. ஆப்பிரிக்காவிலிருந்து போர்த்துக்கீசியர்களால் கொண்டு வரப்பட்ட கறுப்பின அடிமைகள் வீட்டு வேலைக்காரர்களாக,

கணிக்கர்களாக வர்த்தக முகவர்களாகக் கூட பணியாற்றியிருக்கிறார்கள்.

கி.பி. 1440ல் போர்த்துக்கலில் ஆப்பிரிக்க அடிமைகள் ஏலம் விடப்பட்டபோது அவர்களை குடும்பங்களிலிருந்து பிரித்துக் கொண்டு வந்ததை சாதாரண போர்த்துக்கீசிய குடிமக்களே எதிர்த்திருக்கிறார்கள்.

காரணம் நிறம் அல்லது இனம் காரணமாக இயற்கையிலேயே தங்களை விட தாழ்ந்த மனிதர்களாக அடிமைகளை அவர்கள் கருதவில்லை.

ஆனால் அடுத்த 60 ஆண்டுகளில் கி.பி. 1560ல் இந்நிலைமை தலை கீழாக மாறிவிட்டது.

மத்திய அமெரிக்கத் தீவுகளின் பழங்குடி மக்களை இரண்டு வகையாகப் பிரித்தான் கொலம்பஸ்.

அரவாக் இனத்தவர்கள் ஆயுதமேந்தலாயக் கற்றவர்கள். ஆனால் சொல்வதை எளிதில் புரிந்து கொள்ளக் கூடியவர்கள். எனவே அவர்களை வேலைக்காரர்களாகப் பயன்படுத்தலாம்.

கரீபிய இனப் பழங்குடிகள் மூர்க்கமா உள்ளவர்கள். எனவே இவர்களை அடிமைச் சந்தையில் விற்று விடலாம் என்று ஸ்பெயின் மன்னனுக்கு எழுதிய கடிதத்தில் குறிப்பிட்டிருந்தான்.

தன்னை அன்புடன் வரவேற்று பொன்னை அள்ளித்தந்த சான் சால் வடார் பழங்குடிமகனை விலங்கிட்டு அடிமையாக இழுத்து வந்தான் கொலம்பஸ்.

ஹெய்தி மக்களைப் பார்த்து, 'உலகத்திலேயே இவர்களைப் போல இனிமையானவர்கள் கிடையாது' என்று சொல்லிவிட்டு அடுத்த வரியிலேயே 'இவர்களை நல்ல வேலையாட்களாகப் பயன்படுத்தலாம்' என்று சிபாரிசு செய்தான்.

ஆயிரக்கணக்கான அமெரிக்கப் பழங்குடிகளைப் பிடித்து ஸ்பெயினுக்கு ஏற்றுமதி செய்ததுடன் மற்றவர்களை சொந்த மண்ணிலேயே அடிமையாக்கினான்.

நிறவெறியின் அடிப்படையிலான அடிமை முறையை கொலம்பஸின் பாதையில் அமெரிக்காவை ஆக்கிரமித்த ஐரோப்பியர்கள் அனைவரும் தொடர்ந்தனர்.

கி.பி 1622ல் ஆங்கிலேய ஆக்கிரமிப்பாளர்களை எதிர்த்த பௌஹாட்டன் பழங்குடி மக்களை 'மிருகங்கள், மிருகங்களை விட மிருகத்தனமான மிருகங்கள்' என்று சாடினான் ஆங்கிலேய கேப்டன் ஸ்மித்.

●

அமெரிக்காவின் நவீன முதலாளித்துவம் கொலம்பஸின் கோட்பாட்டை காலத்திற்கேற்ப பிரயோகிக்கிறது. Hire and Fire என்ற மூன்றே சொற்களுக்குள் தனது தொழிலாளர் நலச்சட்டத்தை அமெரிக்கா அமல்படுத்துகிறது. நம்மையும் அமல்படுத்த நிர்ப்பந்திக்கிறது.

இளமையை முதலாளிக்குத் தந்துவிட்டு முதுமையில் விரட்டப்பட்டு நிர்க்கதியாக தெருவில் நிற்கும் அமெரிக்க அனாதைகளை உருவாக்கிய பிதாமகன் கொலம்பஸ்.

நிறவெறி மட்டுமல்ல அடிமைகளை பண்டங்கள் போலவும், ஆடு மாடுகள் போலவும் விற்பனை செய்யும் முறையை அறிமுகப்படுத்தியவன் கொலம்பஸ். அவனுக்கு முந்தைய காலத்தில் அடிமைகளை விலை கொடுத்து வாங்கியவர்கள் ஆடுகளைப் போல விற்றதில்லை.

ஆதிக்கமும் சுரண்டலும் இருந்த போதும் அடிமைகள் தங்கள் முதலாளியுடன் பல பரம்பரைகளுக்கு கூட பிணைக்கப்பட்டிருந்தார்கள். ஆனால் நோயுற்றவர்கள், குறிப்பிட்ட திறமை இல்லாதவர்கள், முதியவர்கள், பெண்கள் ஆகியோரை அடிமாடுகளைப் போல விற்கும் முறையை அறிமுகப்படுத்தியவன் கொலம்பஸ்.

அமெரிக்க முதலாளித்துவத்தின் வளர்ச்சி, கொலம்பஸின் இந்தக் கண்டுபிடிப்பை அதன் எல்லைக்கே கொண்டு சென்றது. அமெரிக்காவின் புகையிலை, ரப்பர், காவித் தோட்டங்களுக்காக ஆப்பிரிக்க மக்களை விரட்டி, வேட்டையாடி கூண்டிலடைத்து ஏலம் விட்டனர்.

தூக்குமேடையைப் பார்த்திராத அமெரிக்கத் தீவுகளில் 340 தூக்கு மேடைகளை நிறுவினான் கொலம்பஸ். இஸ்பானோலாவில் மட்டும் 50000 பழங்குடிகளைப் படுகொலை செய்தான்.

கிர்க் பாட்ரிக் சேல் என்பவர் கொலம்பஸின் வாழ்க்கை வரலாற்றில் இவ்வாறு எழுதியுள்ளார்.

செவ்விந்தியவர்களின் (பழங்குடிமக்களின்) கை, கால்களையும் குடலையும் நாய்களைக் கொண்டு குதற வைத்தனர். தப்பியோடிய இந்த செவ்விந்தியர்களை புதர்களில் தள்ளி ஈட்டிகளாலும், வாள்களாலும் கிடிக்கிப்பிடி போட்டுக் கொன்றனர்.

விரட்டிப் பிடித்த பழங்குடிப் பெண்களைத் தன் மாலுமிகளுக்கு பரிசாகத் தந்தான் கொலம்பஸ். அந்தப் பெண்களை தாங்கள் பலாத்காரம் செய்ய முயன்றபோது அவர்கள் காட்டிய எதிர்ப்பை ஆத்திரத்துடன் தனது குறிப்புகளில் எழுதுகிறார் மாலுமி. காமவெறியால் கொலம்பஸின் மாலுமிகளுக்குள்ளேயே தோன்றிய கலவரங்களை இன்னொரு மாலுமி எழுதுகிறான்.

கொலம்பஸ் முதன் முதலில் ஆக்கிரமித்த ஹெய்தி மற்றும் டொமினிகன் தீவுகளின் அன்றைய 1492ல் மக்கள் தொகை 30 லட்சம் அடுத்த 40 ஆண்டுகளில் 1532ல் அங்கே எஞ்சியிருந்தவர்கள் வெறும் 300 பேர் மட்டுமே!

கொலை செய்யப்பட்டவர்கள் வெறும் பழங்குடி மக்கள் அல்ல. கொலம்பஸின் வார்த்தைகளில் கூறினால் உலகத்திலேயே இனிமையான மக்கள்!

அமெரிக்கா என இன்று அழைக்கப்படும் நிலப்பகுதியில் வாழ்ந்திருந்த பழங்குடிகள் இரண்டு கோடி. வனவிலங்குகளைப் போல மாதிரிக்காக இன்று விட்டு வைக்கப்பட்டிருப்பவர்கள் 16 லட்சம்.

மெக்சிகோவில் ஐரோப்பியர்களின் நாகரீகக் காலடிகள் பதியும் போது அங்கிருந்த மக்கள் 2½ கோடி. இன்று எஞ்சியிருப்பவர்கள் 20 லட்சம்.

ரத்தத்தை உறைய வைக்கும் இந்த இன அழிப்பை சாதிக்க நேரடியான கொலைகளைக் காட்டிலும் வக்கிரமான முறைகளை எல்லாம் கையாண்டார்கள் கொலம்பஸின் ஐரோப்பிய வாரிசுகள்.

அழிந்து போக 4000 பேர் மட்டுமே எஞ்சியிருந்த 'சேயன்' எனும் பழங்குடி மக்களை ஆடுமாடுகளைப் போல காயடித்தார்கள். வர்ஜினியப் பழங்குடி மக்களின் குழந்தைகளை வலுகட்டாயமாக அவர்களிடமிருந்து பறித்துக் கொண்டு சென்றது வர்ஜினியா புகையிலைக் கம்பெனி.

போர்வையைக் கொடுத்து பழங்குடிகளின் நிலத்தை எழுதி வாங்கிக் கொண்டார்கள். அந்த அப்பாவி மக்கள் அதைப் பயன்படுத்திய போது அப்போர்வையே அவர்களது இறுதிப் பயணத்திற்கான கோடித்துணியானது. ஆம் வெள்ளைக்காரர்கள் பழங்குடியினருக்கு கொடுத்த போர்வை அம்மை நோயாளிகள் பயன்படுத்திய போர்வை.

வெள்ளையர்களின் நயவஞ்சகம் பற்றி மனம் வெதும்ப கூறுகிறார் ஒரு செவ்விந்தியத் தலைவர்.

“பல்வேறு செவ்விந்திய இனக்குழுக்களுடன் மொத்தம் 371 ஒப்பந்தங்கள் போட்டார்கள். வெள்ளையர்கள் எங்களால் நினைவு வைத்துக் கொள்ள முடியாத அளவு பல உறுதிமொழிகளைக் கொடுத்தார்கள். ஆனால் அவர்கள் ஒன்றை மட்டுமே நிறைவேற்றி னார்கள் - எங்கள் நிலத்தை எடுத்துக் கொள்கிறோம் என்றார்கள். எடுத்துக் கொண்டார்கள்.”

முறியடிக்க வேண்டிய எதிரிகளை பழங்குடி மக்களை கொலம்பஸும் அவர்களது வாரிசுகளும் உயிருள்ள மனிதர்களாகக் கருதவில்லை. அகற்றப்பட வேண்டிய உயிரற்ற சடப்பொருளாகவே கருதினார்கள் சித்தரித்தார்கள்.

கொலம்பஸின் ஆக்கிரமிப்பை மிகக் கடுமையாக எதிர்த்துப் போராடியவர்கள் கரீபிய மக்கள் கரீப் என்றால் அவர்களது மொழியில் வீரம் செறிந்த என்று பொருள்.

அவர்களை நரவேட்டையாடவும், அடிமையாக்கவும் கொலம்பஸ் கற்பித்த நியாயம் நயவஞ்சகமானது. அவர்கள் நரமாமிசம் தின்னும்

காட்டு மிராண்டிகள் என்று கூறினான். கொலம்பஸின் இந்த தவறான கற்பிதம் மட்டுமே செவ்விந்தியரைக் கூட்டம் கூட்டமாகக் கொல்வதற்கான நியாயமாயிற்று.

ஒட்டுமொத்தத்தில் வெள்ளை நாகரீகத்தை ஏற்றுக் கொள்ளாதவர்கள் எதிர்ப்பவர்கள் காட்டுமிராண்டிகள். காட்டுமிராண்டிகள் மனிதர்களே அல்லர். அவர்களைக் கொல்வதில் யாதொரு தவறும் இல்லை. மனித வாழ்வுக்கு அவர்கள் பெரும் தடைக்கற்கள் மட்டுமே!

இதே கருத்தை அமெரிக்கக் குழந்தைகளுக்கு வெகு எளிமையாக, பூடகமாக சொல்லித் தருகிறது அவர்களது பாடநூல்.

'அமெரிக்காவை கண்டுபிடித்த கொலம்பஸ் ஸ்பெயினுக்குத் திரும்பி வரும்போது தன்னுடன் சில மீன்கள், பறவைகள் மற்றும் விநோதமான செம்பு நிறமுள்ள பழங்குடிகளையும் கொண்டு வந்தார்.'

தங்களின் வாழ்க்கை வளத்துக்கும், உயர்வுக்கும் செவ்விந்தியர்களைக் கூட்டம் கூட்டமாக பலியாடுகளாகப் பயன்படுத்துவதில் பாவம் ஏதும் அவர்கள் உணரவில்லை. அவர்களின் இனப்படு கொலைகளுக்கான காரணங்களுக்கு எல்லா மட்டத்திலும் நியாயக் குரல்களையும் பயன்படுத்திக் கொண்டே இருக்கிறார்கள்!

காந்தீயக் கொள்கைகளால் ஈர்க்கப்பட்டு அரசியலுக்கு வந்தவர் அமெரிக்க கறுப்பினத் தலைவர் மார்ட்டின் லூதர் கிங். இவர் பொது இடங்களில் கறுப்பின மக்கள் சமமாக நடத்தப் பட வேண்டும் என்று தொடர்ந்து பாடுபட்டார்.

காந்திய வழியில் கருப்பின மக்கள் பேருந்துகளை புறக்கணிக்க வேண்டும் என்றார்.

கறுப்பின மக்கள் அவரது சொல்லுக்கு கட்டுப்பட்டனர். இதனால் பேருந்து நடத்துபவர்களின் வருமானம் சரிந்தது. அவர்கள் மார்ட்டின் லூதர்கிங் மீது வழக்கு தொடர்ந்தனர்.

எங்களுக்கு சம உரிமை தரும் பட்சத்தில் மீண்டும் பேருந்துகளில் பயணிக்கத் தயார் என்றார். வெள்ளை முதலாளிகள் நீதிமன்றத்தில் கறுப்பர்களை சமமாக நடத்துவோம் என்றனர்.

மார்ட்டின் லூதர்கிங் வற்புறுத்திய கறுப்பர்களின் அரசியல் உரிமைகளை அமெரிக்க அதிபர் ஜான் கென்னடி அங்கீகரித்தார். அவரைத் தொடர்ந்து ஜான்சனும் அதை நடைமுறைப்படுத்தினார். அடிப்படையில் அமெரிக்க மக்களின் பெரும்பான்மையோர் சமத்துவத்தை, ஜனநாயகத்தை, தனி மனித சுதந்திரத்தை உயிர் மூச்சாக நினைப்பவர்கள்தான்.

ஆனால் வெள்ளையர்களில் ஒரு பிரிவினர் நிற ஆதிக்க உணர்வுகளி லிருந்து விடுபட முடியாதவர்களாகவே இருந்து வருகின்றனர்.

அமெரிக்க அதிபராக டிரம்ப் வந்த நாளிலிருந்து கருப்பர் இன மக்களுக்கு எதிரான தாக்குதல்கள் அதிகரித்து வருகின்றன என்று குற்றச்சாட்டு தொடர்ந்து வந்து கொண்டே இருக்கிறது.

உலகத்தின் தலைசிறந்த ஜனநாயக நாடு. அங்கே தனிநபர் சுதந்திரத் திற்கு அதிக மரியாதை உண்டு. உலகத்திற்கே பொருளாதார வழிகாட்டி, கண்டுபிடிப்புகளின் ஜனநாயகன் என்றெல்லாம் அமெரிக்காவுக்கு ஒரு இமேஜ் உண்டு.

ஆனால் அந்த தேசம் கொரோனா தாக்குதலை சமாளிக்க முடியா மல் லட்சம் உயிர்களுக்கு மேல் பலி கொடுத்தது. மேலும் அமெரிக்கா முழுவதும் கலவர பூமியாக காட்சியளித்தது. விரக்தி

யிலும், வேதனையிலும் கறுப்பு இனமக்கள் சாலையெங்கும் திரண்டு போராடுகிறார்கள்.

போராட்டக்காரர்களின் கோபம் சில இடங்களில் எல்லை மீறி, தீ வைப்பு, பொது சொத்துக்கள் நாசம் என்ற நிலைக்கு வந்து விட்டது.

கண்ணீர்ப்புகை, துப்பாக்கிச் சூடு, எல்லாம் தாண்டி இப்போது ராணுவத்தைக் கொண்டு வந்து போராட்டத்தை அடக்குவேன் என்றார் அமெரிக்க அதிபர் டிரம்ப்.

படித்தவர்கள் அதிகமுள்ள அமெரிக்காவில் நீண்டகால பிரச்சனை என்பது நிறவெறி. வெள்ளை அமெரிக்கர்களுக்கு கறுப்புநிற மனிதர்களைக் கண்டாலே எரிச்சல். கறுப்பர்கள் அங்கே பண்ணை அடிமைகளாக தீண்டத்தகாதவர்களாகவே நடத்தப்பட்டு வந்தனர். இது நூற்றாண்டுகளாகவே அமெரிக்காவில் தொடரும் பிரச்சனை.

நட்ட நடுசாலையில் கருப்பின மக்களை கொலை செய்வது, பொய் வழக்குகள் போடுவது, துன்புறுத்துவது எல்லாமே அங்கு சகஜமாக நடக்கக்கூடிய நிகழ்வாக இருந்தது.

ஒரு கறுப்பரின இளைஞனை காவலர் கொலை செய்யும் வீடியோ படமொன்றை 17 வயதுப் பெண்ணொருத்தி ஊடகங்களில் சமீபத்தில் வெளியிட்டு அது சிறுபொறி பெரு நெருப்பாகி எரிமலை யாகி அமெரிக்காவையே பற்றி எரித்தது.

பட்டப் பகலில் நட்ட நடுசாலையில் போலீசாரால் நடத்தப்பட்ட சட்டபூர்வமான இந்த கொலைக்கு நீதி வழங்கக் கோரி மினியாபொலிஸ் நகரத்தில் தொடங்கிய போராட்டம் அமெரிக்காவின் 140 நகரங்களிலும் பரவியது.

மக்களின் இந்த நீதி கேட்கும் போராட்டத்தை டிரம்ப் 'உள் நாட்டு தீவிரவாதம்' என்று வர்ணித்தும், போராட்டக்காரர்களை தீவிர வாதிகள் என்றும் குற்றம் சாட்டினார்.

கடந்த பல ஆண்டுகளாக அமெரிக்கா இப்படி ஒரு மக்கள் கொந்தளிப்பை கண்டதில்லை. இப்போதைய கலவரங்களுக்கு காரணங்கள் இல்லாமலில்லை.

அமெரிக்காவின் மொத்த மக்கள் தொகை 33 கோடி. அதில் வெள்ளையினத்தவர் 76.5% கறுப்பினத்தவர் 13.5%. கலவரங்கள் போராட்டங்கள் என்றால் அதிகமாக சுட்டுக் கொல்லப்படுபவர்கள் கருப்பர்கள் தான்.

அதே போல் போதை மருந்து விற்பனை என்றாலே அதையே காரணம் காட்டி கறுப்பர்களான ஆப்பிரிக்க அமெரிக்கர்களைத் தான் அதிகம் கைது செய்கிறார்கள்.

பல நூற்றாண்டுகளாக அமெரிக்கர்களின் ரத்தத்தில் ஊறிப்போன நிறவெறியைப் போக்க முடியவில்லை. அமெரிக்காவில் பெரும் பாலும் நடைபெறும் அத்தனை கலவரங்களுக்கும் அடிப்படை நிறவெறிதான் காரணமாகும்.

பல வருடங்களாக தாங்கள் சிறுமைப்படுத்தப்பட்டு அவமானப் பட்டதில் அடக்கி வைத்திருந்த கோபம் இப்போது கறுப்பர் களிடமும், செவ்விந்தியர்களிடமும் பொங்கி எழுந்திருக்கிறது.

மேலும் கொரோனா தொற்றால் அதிகம் பாதிக்கப்பட்ட எளிய கருப்பின மக்களை அமெரிக்க அரசு கண்டு கொள்ளவேயில்லை. அவர்கள் ஆதரவின்றி அச்சமயம் நிர்கதியாக நின்றார்கள்.

கருப்பின மக்கள் ஆயிரக்கணக்கில் செத்து மடிவதே அமெரிக்க பத்திரிக்கைச் செய்தியாக வந்தது. அதேபோல ஒவ்வொரு ஆண்டும் 200க்கும் மேற்பட்ட கருப்பின இளைஞர்கள் வெள்ளையரின் காவல்துறை துப்பாக்கிக்கு பலியாகிக் கொண்டிருக்கிறார்கள்.

அதே சமயம் கருப்பினத்தவர் பாதிக்கப்படும் போது மனித உரிமை களைப் பாதுகாக்க அவர்களுக்காக குரல் கொடுப்பதும் வெள்ளை யர்கள்தான்.

ஆரம்பத்தில் இங்கிலாந்தின் காலனி நாடுகளில் ஒன்றுதான் அமெரிக்கா. 1776ல் சுதந்திரம் பெற்ற போது இங்கே ஜெர்மனி, டச்சு, பிரெஞ்சு, போர்த்துக்கீஸ் இவர்களைக் கொண்ட சகல ஐரோப்பிய வெள்ளையின மேலாதிக்க வர்க்கத்தினரின் தேசமாக இருந்தது.

ஏற்கனவே இங்கிருந்த செவ்விந்தியர் பெருமளவில் கொல்லப் பட்டனர். இதனால் தங்களுக்கு வேலை செய்ய ஆப்பிரிக்காவில் இருந்து கறுப்பினத்தவரை அழைத்து வந்து அடிமைகளாக வைத்துக் கொண்டனர். அப்போது ஆப்பிரிக்க மக்கள் கொடுமைப்படுத்தப் பட்ட விதம் மிகவும் கொடூரமானது.

அமெரிக்காவின் அடிமைத்தனத்தினை முடிவுக்கு கொண்டு வர எத்தனையோ தலைவர்கள் அங்கே தோன்றினார்கள்.

அவர்களில் முதன்மையானவர் ஆபிரகாம் லிங்கன். அடிமைத்தனம் ஒழியாமல் அமெரிக்கா முன்னேற முடியாது. தன்னை ஒரு நாகரீக நாடாகச் சொல்ல வேண்டுமானால் அமெரிக்கா இதுவரையில் நடந்து கொண்டதற்கு வெட்கித் தலைகுனிய வேண்டும் என்று அவர்தான் முதலில் குரல் கொடுத்தார்.

இதனால் அவருக்கு எதிராக உள்நாட்டு போர் மூண்டது. அமெரிக்காவின் வடபகுதியினரும் கறுப்பினத்தவரும் லிங்கனை ஆதரித்தார்கள். மூன்று ஆண்டுகள் நீடித்த இந்தப் போரில் இரு தரப்பிலும் 8 லட்சத்து 50 ஆயிரம் பேர் மாண்டார்கள்.

இறுதியில் ஆபிரகாம் லிங்கன் வெற்றி பெற்று அடிமைத்தனத்தை ஒழிக்கும் சட்டத்த இயற்றினார். ஆனாலும் இன்று வரை ஆதிக்க மனோபாவம் தொடர்ந்து கொண்டுதானிருக்கிறது.

பொதுப் பேருந்துகளில் கருப்பர்கள பயணிக்க முடியாது. அவர் களுக்கு கல்வி அறவே மறுக்கப்பட்டது. பொது கழிப்பறைகளை பயன்படுத்த முடியாது. உணவகங்களில் சரிக்குச் சரியாக அமர்ந்து வெள்ளையர்களுடன் சாப்பிட முடியாது.

❖

லிங்கன் படுகொலையை நினைவுபடுத்தும் விளம்பரக் கடிகாரம்

1948ஆம் ஆண்டு முதல் நடத்தப்பட்ட அமெரிக்க அறிஞர்களின் தரவரிசை ஜனாதிபதிகளின் கருத்துக்கணிப்புகளில் ஆபிரகாம் லிங்கன் முதன்மையாக கருதப்பட்டார்.

அமெரிக்காவின் சிறந்த அதிபருக்கான வாக்கெடுப்புகளில் லிங்கன் தொடர்ச்சியாக முதல் மூன்று இடங்களுக்குள் வந்துள்ளார். பலமுறை அவர் பெயர் முதலிடம் பெற்றிருக்கிறது.

2004ம் ஆண்டில் மேற்கொள்ளப்பட்ட ஓர் ஆய்வின்போது லிங்கனைப் பல வரலாற்று ஆய்வாளர்கள் சிறந்த அதிபராக முதலிடத்தில் வரிசைப்படுத்தும் அதே வேளையில் பல சட்ட வல்லுநர்கள் அவரை ஜார்ஜ் வாஷிங்டனுக்கு அடுத்தபடியாக இரண்டாவது சிறந்த அதிபராக வரிசைப்படுத்துவது அறியப் பட்டுள்ளது.

லிங்கனின் படுகொலையினால் அவர் அமெரிக்க மக்களால் ஒரு தேசியத் தியாகி என மரியாதை செய்யப்படுகிறார்.

அடிமைத்தனத்தை ஒழிக்கப் போராடியதால் மக்களால் அவர் ஒரு சிறந்த சுதந்திரப் போராளியாக வணங்கப்படுகிறார்.

அமெரிக்காவில் லிங்கனது நினைவாக அவரது பெயரில் பல நினைவு இல்லங்கள் உருவாக்கப்பட்டுள்ளன.

அத்துடன் பல சிறிய மற்றும் பெரிய நகரங்களுக்கும் இவரது பெயர் இடப்பட்டுள்ளது. அதில் முக்கியமாக நெபரேஸ்கா மாநிலத்தின் தலைநகர் இவர் பெயரைக் கொண்டுள்ளது.

லிங்கனின் முதல் சிலையும் பொது நினைவுச் சின்னமும் அவரது படுகொலைக்கு மூன்று ஆண்டுகளுக்கு பின்பு வாஷிங்டன் டி.சி.யில் 1868ம் ஆண்டு உருவாக்கப்பட்டது.

இவரது நினைவாக உலக கடிகார நிறுவனங்கள் இவர் சுட்டு கொல்லப்பட்ட நேரமான 10.10 என்பதை விளம்பர கடிகார நேரமாக வைத்துள்ளனர்.